കുട്ടിയമ്മയുടെ ആണി

ഹാസ്യകഥകൾ

കെ. എസ്. മിനി

കൈരളി ബുക്സ്

കഥകൾ

അവതാരിക

കെ.എസ്. മിനി വായിക്കപ്പെടുമ്പോൾ

തനിക്കുചുറ്റും കാണുന്ന ജീവിതത്തിലെ ഓരോ നിമിഷവും മിനി ടീച്ചർ പെറുക്കിയെടുത്ത് മനസ്സിൽ സൂക്ഷിക്കുകയാണ്; ചെറിയ കുട്ടികൾ വർണ്ണപ്പൊട്ടുകളും കുപ്പിവളക്കഷ്ണങ്ങളും പെറുക്കി സൂക്ഷിക്കുന്നതുപോലെ,, പിന്നീട് അവയോരോന്നും വജ്രാഭരണം പോലെ ഉരച്ചുമിനുക്കി തിളക്കമാർന്നതായി രൂപാന്തരപ്പെടുത്തും. അവയാണ് മിനി ടീച്ചറുടെ കഥാസമാഹാരത്തിലെ ഓരോ കഥകളും.

കെ.എസ്. മിനിയുടെ എഴുത്തുകൾ വായിച്ചനുഭവിക്കാനുള്ളതാണ്. നർമകഥകൾ എന്ന് പേരിട്ടു വിളിക്കുമ്പോഴും ഓരോ കഥയിൽ നിന്നും കണ്ണീർ തിളക്കം തെളിഞ്ഞു വരുന്നത് കാണാം. കുട്ടിയമ്മയുടെ ആണി എന്ന ടൈറ്റിൽ കഥ തന്നെ നോക്കാം... നിർവചിക്കപ്പെട്ട ജോലിയൊഴികെ മറ്റുള്ളവ ചെയ്യുന്ന സ്ക്കൂൾ ഓഫീസ് സ്റ്റാഫിന്റെ തലയിലെ ജീവിതഭാരം മിനി ടീച്ചർ നിരീക്ഷിച്ചിട്ടുണ്ട്. അവർ ചെയ്തുകൂട്ടുന്ന വില്ലത്തരങ്ങൾക്കു പിന്നിലെ നിഷ്കളങ്കതയാണ് അനുവാചകനെ ചിരിപ്പിക്കുന്നത്. അതുപോലെ പഠിപ്പിക്കുന്നതിനിടയിൽ അടുത്ത ക്ലാസ്സിലേക്ക് ഇടയ്ക്കിടെ എത്തിനോക്കുന്ന അദ്ധ്യാപകൻ മലയാളികളുടെ വികല സ്വഭാവത്തിന്റെ ചിത്രം വരച്ചുകാട്ടുകയാണ്.

ബസ് യാത്രക്കിടയിൽ ബഹളമുണ്ടാക്കുന്ന സ്ത്രീയുടെ പ്രശ്നം പൊസസീവ്നെസ്സാണ്. തന്റെ കെട്ടിയോന്റെ അടുത്തിരിക്കാനുള്ള അവകാശം തനിക്കു മാത്രമാണെന്ന് അവളെ പറഞ്ഞു പഠിപ്പിച്ച സമൂഹത്തിനിട്ട് ചെറിയൊരു തട്ടലില്ലാതില്ല. രണ്ടായിരത്തിന്റെ നോട്ട് ഉണ്ടാക്കിവെക്കുന്ന പൊല്ലാപ്പുകൾ നോട്ടു നിരോധനത്തെക്കുറിച്ചുള്ള തമാശക്കഥകളിൽ മികച്ചുനിൽക്കുന്നു. തുറക്കാത്ത മരുന്നുകുപ്പിയിലെ കൈക്കുന്ന മരുന്ന് അകത്താക്കിയ ഓർമ്മയിൽ ഞാനും പൊട്ടിച്ചിരിച്ചു. സ്വന്തമായി ഉണ്ടായിരുന്ന അനുഭവങ്ങൾ മറ്റൊരാൾ എഴുതിക്കാണിക്കുമ്പോൾ വായിക്കാനുള്ള രസം കൂടും. ഹാസ്യത്തിന്റെ കാര്യത്തിൽ പുസ്തകത്തിലുള്ള എല്ലാ കഥകളും ഒന്നിനൊന്ന് മെച്ചപ്പെട്ടതാണെന്ന് ഉറപ്പിച്ചു പറയാം.

കാണുന്നതും കേൾക്കുന്നതുമൊക്കെ മനസ്സിൽ കുറിച്ചുവെച്ച് ജീവിതത്തോട് യുദ്ധം ചെയ്താണ് ടീച്ചർ എഴുതിത്തുടങ്ങിയത്. ജോലിയും

കുടുംബവും ചേർന്ന് അവരുടെ മുഴുവൻ സമയവും അപഹരിച്ചെങ്കിലും കാണുന്നതെല്ലാം മനസ്സിൽ സൂക്ഷിച്ചുവെക്കാൻ അവർ മറന്നില്ല. തിരക്കുകളെല്ലാം കഴിഞ്ഞ് ടീച്ചർ വിശ്രമിക്കുന്നത് എഴുതിക്കൊണ്ടാണ്. വായനയും ചിരിയും ചിന്തയും കൃഷിയും പാചകവും ചേർത്തുപിടിച്ച് അവർ തന്റെ എഴുത്തിലൂടെ മനോഹരമായി വരഞ്ഞുവെച്ചു. വിവിധ വർണ്ണങ്ങളുള്ള പൂക്കളം പോലെയാണ് മിനി ടീച്ചറുടെ എഴുത്തിന്റെ ലോകം.

മിനി ടീച്ചർ എഴുതുന്നത് വായനക്കാരുടെ ഭാഗ്യമെന്ന് വിശ്വസിച്ചുകൊണ്ട് ടീച്ചറിൽനിന്നും ഇനിയുമിനിയും പുസ്തകങ്ങൾ ഉണ്ടാവട്ടെ എന്ന് ആശംസിക്കുന്നു.

മിനി വിശ്വനാഥൻ

നാലാം ക്ലാസ്സിലെ സ്വാതന്ത്ര്യസമരം

കണ്ണൂർ ജില്ലയുടെ നാട്ടിൻപുറത്തുള്ള പ്രൈമറി വിദ്യാലത്തിലെ ആറാം ക്ലാസ്സിൽ പഠിച്ചുകൊണ്ടിരിക്കുന്ന പഴയൊരുകാലം. സ്ക്കൂൾ തുറന്ന് ഒരുമാസം ആയപ്പോഴാണ് ആലപ്പുഴക്കാരിയായ അന്നമ്മടീച്ചർ അദ്ധ്യാപികയായി വന്നുചേർന്നത്. ആ നിമിഷം തുടങ്ങിയതാണ്, അദ്ധ്യാപകരും വിദ്യാർത്ഥികളും തമ്മിലുള്ള മത്സരം.

എന്തിനെന്നോ?

ചെറുപ്പക്കാരിയും അവിവാഹിതയും സുന്ദരിയുമായ ടീച്ചറെ ഒരുനോക്കു കാണാൻ...

അങ്ങനെയുള്ളവരുടെ കൂട്ടത്തിൽ സാമൂഹ്യം അദ്ധ്യാപകനായ സുധാകരൻ മാസ്റ്റർ ടീച്ചറെ വിടാതെ പിൻതുടർന്നു. അവിവാഹിതനായ അദ്ദേഹം ചരിത്രവും ഭൂമിശാസ്ത്രവും പഠിപ്പിക്കുന്നതിനു പകരം അന്നമ്മ ടീച്ചറുടെ ചരിത്രവും ഭൂമിശാസ്ത്രവും പഠിക്കാൻ തുടങ്ങി.

ഒരുദിവസം രാവിലെ പതിനൊന്നര ആയപ്പോൾ സുധാകരൻ മാസ്റ്റർ സാമൂഹ്യപാഠം അദ്ധ്യാപനത്തിനായി ആറാം ക്ലാസ്സിൽ വന്നുചേർന്നു. തൊട്ടടുത്ത നാലാം ക്ലാസ്സിൽ അന്നമ്മ ടീച്ചർ! ക്ലാസ്സിന് പിന്നിലുള്ള ജനാലയിലൂടെ നോക്കിയാൽ അന്നമ്മ ടീച്ചറെ കാണാം. നമ്മുടെ അദ്ധ്യാപകൻ പഠിപ്പിക്കുന്നതിനിടയിൽ പലതവണ ജനാലക്കുസമീപം പോയിട്ട് ടീച്ചറുമായി ആശയവിനിമയം നടത്താൻ കഠിനപരിശ്രമം തുടങ്ങി. എന്താണ് പഠിപ്പിക്കുന്നതെന്ന് അദ്ദേഹത്തിനും എന്താണ് പഠിക്കുന്നതെന്ന് കുട്ടികൾക്കും അറിയാനാവാത്ത അവസ്ഥ.

അല്പസമയം കഴിഞ്ഞപ്പോൾ സുധാകരൻ മാസ്റ്റർ ചോദ്യോത്തര വേളയിലേക്ക് കടന്നു. മുൻബെഞ്ചിലിരിക്കുന്ന ശ്രീജിത്തിനോടാണ് ആദ്യചോദ്യം,

"ഒന്നാം സ്വാതന്ത്ര്യസമരം നടന്നത് എവിടെ വെച്ചാണ്?"

ചോദ്യം കേട്ട ശ്രീജിത്ത് അന്തംവിട്ട് കുന്തം വിഴുങ്ങിയതുപോലെ നിന്നപ്പോൾ അടിയുടെ വെടിക്കെട്ട് തുടങ്ങി. ഉള്ളംകൈയിൽ ചൂരൽക്കഷായം. കോടതിയും മനുഷ്യാവകാശകമ്മീഷനും പോക്സോയും വിദ്യാലയങ്ങളിൽ കടന്നുവരാത്ത ആ കാലത്ത് അദ്ധ്യാപകർക്ക് എല്ലാ കുട്ടികളെയും ശിക്ഷിക്കാമല്ലോ.

ചോദ്യവും അടിയും മുൻബെഞ്ചിൽനിന്ന് നടുബെഞ്ചും കടന്ന്, പിൻബെഞ്ചിലെ ലാസ്റ്റാമനായ അജേഷിൽ എത്തിച്ചേർന്നു. പഠിത്തത്തിൽ പിന്നിലും തരികിടയിൽ മുന്നിലുമായ അജേഷ് എഴുന്നേറ്റുനിന്നിട്ട് പറഞ്ഞു,

“എനിക്കറിയാം മാഷെ”

മറ്റുള്ളവർക്ക് അറിയാത്ത ഉത്തരം പറഞ്ഞുകേൾക്കാൻ സുധാകരൻ മാസ്റ്റർക്ക് ധൃതിയായി,

“മിടുക്കൻ, ഉത്തരം പറയൂ?”

“അത് നാലാം ക്ലാസ്സിലാണ് മാഷെ”

“നാലാം ക്ലാസ്സിലോ?”

“അതെ മാഷെ, സ്വാതന്ത്ര്യസമരം നടന്നത് നാലാം ക്ലാസ്സിലാണ്. അതുകൊണ്ടല്ലെ മാഷ് ഇടയ്ക്കിടെ അങ്ങോട്ടുപോയി നോക്കുന്നത്.”

******

വിലയേറിയ നോട്ട്

ഭാരതത്തിന്റെ ഭാസുരമായ ഭാവി പ്രതീക്ഷിച്ചുകൊണ്ട് നാട്ടുകാർക്കിടയിൽ നോട്ട് നിരോധനം കടന്നുവന്ന സുവർണ്ണകാലം. എല്ലുമുറിയെ പണിയെടുത്ത് പണക്കാരായി മാറിയ സാധാരണക്കാർ ആയിരത്തിന്റെയും അഞ്ഞൂറിന്റെയും നോട്ടുകൾ കണ്ട് കൊതിതീരുന്നതിനു മുൻപെ പെട്ടെന്നൊരു ദിവസം അവയെല്ലാം വെറും കടലാസായി മാറി. പകരം ഇറങ്ങിയ രണ്ടായിരത്തിന്റെ അടിപൊളി നോട്ടുകൾ സ്വന്തമാക്കാനുള്ള ആക്രാന്തത്തിനിടയിൽ നാട്ടുകാർ മറ്റെല്ലാം മറന്നു.

അങ്ങിനെയുള്ള ആക്രാന്തത്തിനിടയിൽ,,

തൊഴിലുറപ്പ് ജോലിക്ക് പോയ രമണിക്ക് കിട്ടിയത് രണ്ടായിരത്തിന്റെ ഒറ്റനോട്ട്. അവളത് ഉള്ളംകൈയിൽ നിവർത്തിവെച്ച് മണത്തുനോക്കിയിട്ട് കൊറേനേരം ആസ്വദിച്ചങ്ങനെ ഇരുന്നു. അധികനേരം അതങ്ങനെ കൈയിൽ വെച്ചാൽ അപകടമാണെന്ന് അറിയാവുന്ന രമണി പെട്ടെന്നുതന്നെ നോട്ട് തുണിയിൽ പൊതിഞ്ഞ് സ്വന്തം സെയ്ഫ് ഡപ്പൊസിറ്റ് ലോക്കറായ അരിക്കലത്തിന്റെ അരിമണികൾക്കടിയിൽ ഒളിപ്പിച്ചിട്ട് ലോക്ക് ചെയ്തു. കാരണം, കെട്ടിയോൻ രമേശനെങ്ങാനും കാണാനിടയായാൽ അടുത്തനിമിഷം ചാരായഷാപ്പിലെത്തുന്ന അവസ്ഥയാണ് രമണിയുടെ നോട്ടുകൾക്ക് പലപ്പോഴും സംഭവിക്കാറുള്ളത്.

എന്നിട്ടെന്താ?

പിറ്റേന്ന് നോക്കിയപ്പോൾ നോട്ട് കാണാനില്ല.

നോട്ടില്ലാത്ത അരിക്കലത്തിലെ അരിമണികൾ രമണിയെ നോക്കി ചിരിക്കാൻ തുടങ്ങി.

അതോടെ രമണി തലയിൽ കൈവെച്ച് കരയാൻ തുടങ്ങി.

കണ്ടു കൊതിതീരും മുൻപേ അപ്രത്യക്ഷമായ രണ്ടായിരമില്ലാതെ ജീവിക്കാനാവില്ലെന്ന് പറഞ്ഞുകൊണ്ട് രമണി നേരെ പോലീസ് സ്റ്റേഷനിൽ പോയി. പുത്തൻ രണ്ടായിരത്തിന്റെ കാര്യമല്ലേ,,

ഓരോ നോട്ടിലും ഇലക്ട്രോണിക് സെൻസർ ഘടിപ്പിച്ചിട്ടുണ്ടെന്നാണ് കേൾവി. പോലീസ് നേരെ സൈബർ സെല്ലിലേക്ക് വിട്ടു. സൈബർ സെൽ കമ്പ്യൂട്ടർ തുറന്ന് പരിശോധിച്ചു. അവർ രമണിയുടെ അരിക്കലത്തിന്റെ അടിയിലൂടെ സേർച്ച് ചെയ്ത് പിന്നാലെ പോയപ്പോൾ രണ്ടായിരത്തിന്റെ നോട്ട് പിടികിട്ടി.

പരിശോധകന്മാർ റിസൽട്ട് രമണിയെ അറിയിച്ചു.

“രമണിയുടെ വീട്ടിലുള്ള അരിക്കലത്തിന്റെ അടിയിൽ രണ്ടായിരത്തിന്റെ പുത്തൻനോട്ട് ഉണ്ടായിരുന്നു. ആ നോട്ട് ഇപ്പോൾ കിടക്കുന്നത് കുന്നുമ്മലെ വിലാസിനിയുടെ വീട്ടിലെ കട്ടിലിൽ തലയിണയുടെ അടിയിലാണ്.”

******

കുട്ടിയമ്മയുടെ ആണി

കുട്ടിയമ്മക്ക് ഹാജർ പട്ടികയിലില്ലാത്ത പേര് നൽകിയത് കുട്ടികളാണ്. അതായത് എന്റേതും കൂടിയായിരുന്ന ഹയർസെക്കന്ററി സ്ക്കൂളിലെ വിദ്യാർത്ഥികൾ. ആ പേർ വന്നത് എങ്ങനെയാണെന്നും എപ്പോഴാണെന്നും ആർക്കും അറിയില്ല. സ്ക്കൂളിലെ എട്ടാം ക്ലാസ്സുകാരനും പന്ത്രണ്ടാം ക്ലാസ്സുകാരനും കുട്ടിയമ്മയെ ഇഷ്ടപ്പെടുന്നു. കസവുസാരിയുടുത്ത്, നെറ്റിയിൽ സിന്ദൂരവും ചന്ദനവും ചാർത്തിയ കുട്ടിയമ്മ, രജിസ്റ്ററും മെമ്മോബുക്കും എടുത്ത് ഓരോ കാലും അമർത്തിചവിട്ടി ക്ലാസ്സിലേക്ക് കടന്നുവരുമ്പോൾ കുട്ടികൾ മാത്രമല്ല അദ്ധ്യാപകരും അറിയാതെ ഒന്നെഴുന്നേറ്റുപോകും. സർട്ടിഫിക്കറ്റ് അറ്റസ്റ്റ് ചെയ്യാൻ വരുന്നവർ ഓഫീസിലിരിക്കുന്ന ഹെഡ്മിസ്ട്രസ്സിനെ അവഗണിച്ച് നേരെ ചെല്ലുന്നത് ഒരു വശത്തെ കസേരയിലിരിക്കുന്ന കുട്ടിയമ്മയുടെ അടുത്തായിരിക്കും. എന്നിട്ട് പറയും,

“മാഡം, ഇതെല്ലാം പരിശോധിച്ചു നോക്കിയിട്ട് ഒപ്പും സീലും വേണം.”

കുട്ടിയമ്മ ഞങ്ങളുടെ സ്ക്കൂളിലെ ഒരംഗമാണ്. തസ്തികനാമം എഫ്.ടി.സി.എം. ശമ്പളബുക്കിൽ ഏറ്റവും താഴെ. അതായത് മറ്റുള്ളവരെല്ലാം അവരെക്കാൾ ശമ്പളം വാങ്ങുന്നവർ. പിന്നെ കുട്ടിയമ്മയുടെ തൊഴിൽ; അതു കണ്ടുപിടിക്കാൻ ‘കെ ഇ ആർ’, ‘കെ എസ് ആർ’ ആദിയായവ അരിച്ചുപെറുക്കി ഗവേഷണം തന്നെ വേണ്ടിവന്നു. ഒടുവിൽ കണ്ടുപിടിച്ചു.

ഓഫീസ്മേധാവി സ്ക്കൂളിൽ വരുന്നതിനും അരമണിക്കൂർ മുൻപ് എത്തിച്ചേർന്ന് ഓഫീസും പരിസരവും വൃത്തിയാക്കിയിട്ട് ഓഫീസ് ആവശ്യത്തിനു വേണ്ട വെള്ളം എടുത്തുവെക്കുക.

സ്ക്കൂളിന്റെ സുഗമമായ നടത്തിപ്പിന് ഓഫീസ് മേധാവിയെ സഹായിക്കുക. അങ്ങനെ ചില സിംപിൾ കാര്യങ്ങൾ മാത്രം.

നമ്മുടെ കുട്ടിയമ്മ ഈ പറയുന്ന ഡ്യൂട്ടി ഒഴികെ മറ്റെല്ലാം ചെ

യ്യും. അവസരം കിട്ടിയാൽ ക്ലാസ്സിൽ പോയി പഠിപ്പിക്കാനും തയ്യാർ. പക്ഷെ ഞങ്ങളൊരിക്കലും വിട്ടുകൊടുക്കാറില്ല. സ്ക്കൂൾ ടൈം പത്തുമണി മുതൽ നാല് മണി വരെയാണെങ്കിലും, ഒൻപത് മണിക്ക് സ്ക്കൂൾ തുറന്ന് ഓഫീസ് പ്രവർത്തിക്കുന്നതോടൊപ്പം സ്പെഷ്യൽ ക്ലാസ്സുകളും ഉണ്ടാവും. എന്നാൽ ഒൻപത് മണിക്ക് കുട്ടിയമ്മക്ക് പകരം വരുന്നത്. അവരുടെ വീട്ടിൽനിന്നും സ്ക്കൂളിലേക്കുള്ള ടെലിഫോൺ കോൾ ആയിരിക്കും. സ്ക്കൂൾ തുറന്നില്ലെങ്കിൽ ആരും ടെലിഫോൺ അറ്റന്റ് ചെയ്യുകയില്ല. പിന്നെ അഞ്ച് മിനിറ്റിനുള്ളിൽ മകന്റെ ബൈക്കിലോ മകളുടെ കാറിലോ വന്ന് സ്ക്കൂൾ കോമ്പൌണ്ടിൽ കുട്ടിയമ്മ ലാന്റ് ചെയ്യുന്നു. അമ്പലത്തിന്റെ നടതുറന്ന് തൊഴാൻ കാത്തിരിക്കുന്ന ഭക്തരെപ്പോലെ നിൽക്കുന്ന അദ്ധ്യാപക വിദ്യാർത്ഥി കൂട്ടത്തിനിടയിലൂടെ നടന്ന് ഓഫീസ് തുറന്നശേഷം അകത്തുനിന്നും താക്കോൽക്കൂട്ടമെടുത്ത് ഇരുവശത്തും നോക്കാതെ നേരെ ഒറ്റപ്പോക്കാണ്; അടച്ചിട്ട മറ്റു മുറികൾ തുറക്കാൻ.

ഒൻപത് മണിക്ക് വരുന്ന ടെലിഫോൺ കോൾ ആരെങ്കിലും അറ്റന്റ് ചെയ്താലോ? സ്കൂൾ തുറന്നിരിക്കുന്നു എന്ന് തിരിച്ചറിഞ്ഞ കുട്ടിയമ്മ ഒന്നും മിണ്ടാതെ ഫോൺ കട്ട്ചെയ്യുന്നു. പിന്നെ വീട്ടുകാര്യങ്ങളെല്ലാം ചെയ്തുതീർത്ത് പത്തരക്കുള്ള കുട്ടിബസ്സിൽ വന്നിറങ്ങിയിട്ട് ഓഫീസിന് പിന്നിലുള്ള ജനാലയിലൂടെ ബാഗ് അകത്തു വെച്ചശേഷം വരാന്തയിൽ നിന്നും ചൂലെടുത്ത് മൂത്രപ്പുരയിൽ പോയശേഷം സ്റ്റാഫ്റൂമിന്റെ മുന്നിലൂടെ, കമ്പ്യൂട്ടർ ലാബിന്റെ വരാന്തയിലൂടെ, ഹയർസെക്കണ്ടറി ലാബുകളുടെ മുന്നിലൂടെ നടന്ന് ഓഫീസിന്റെ മുൻവാതിലിലൂടെ ചൂലുമായി അകത്തു കടക്കും.

സ്ക്കൂൾ തുറക്കാൻ വൈകിയാൽ അക്കാര്യം ചോദിച്ച് നടപടി എടുക്കേണ്ടത് എച്ച്.എം.ന്റെ ഡ്യൂട്ടിയാണെങ്കിലും നമ്മുടെ സർക്കാർ സ്ക്കൂളിൽ ട്രാൻസ്ഫറായി വരുന്നവരൊന്നും കുട്ടിയമ്മക്ക് താക്കീത് നൽകിയിട്ടില്ല. കാരണം അജ്ഞാതമെങ്കിലും അവർക്ക് കിട്ടേണ്ടതൊക്കെ മറ്റുള്ള അദ്ധ്യാപകർ കൊടുക്കുന്നുണ്ട്. കുട്ടിയമ്മയെ കയറൂരി വിട്ടതിനാൽ സ്ക്കൂൾ ഹെഡിനും ടീച്ചേർസിന്റെ വക 'പ്രത്യേകഡോസ്' കിട്ടാറുണ്ട്. അവരെ വഴക്ക് പറയാത്തത് സഹതാപം തോന്നിയിട്ടാണെന്ന് പറയാം. സ്ഥാപനമേധാവി മാ

റിവന്നാൽ ഏതാനും ദിവസത്തിനുള്ളിൽതന്നെ അവരെ സോപ്പിടുന്ന കുട്ടിയമ്മ സഹതാപതരംഗം പിടിച്ചുപറ്റും. പക്ഷെ സ്ക്കൂളിലെ നൂറുശതമാനം വിജയം സ്വപ്നം കാണുന്ന അദ്ധ്യാപകരുടെ മുന്നിൽ കുട്ടിയമ്മ തോറ്റു തൊപ്പിയിട്ടു.

അങ്ങിനെയിരിക്കെ പുതിയ അക്കാദമിക്ക് വർഷത്തിൽ പുതിയൊരു ഹെഡ്മാസ്റ്റർ നമ്മുടെ സ്ക്കൂളിൽ ട്രാൻസ്ഫറായി വന്നു. മറ്റുള്ളവരുമായി അധികം അടുക്കാത്ത പരുക്കൻ സ്വഭാവം. സീനിയർ അദ്ധ്യാപകരൊഴികെ മറ്റാരുമായും അധികം സംസാരിക്കില്ല. അദ്ദേഹമുള്ളപ്പോൾ ഓഫീസിലുള്ളവർ നടക്കുമ്പോൾ ശബ്ദം ഉണ്ടാക്കാറില്ല. ജലദോഷമുള്ളവർ തുമ്മുകയില്ല. ആഴ്ചകൾ രണ്ട് കഴിഞ്ഞിട്ടും നമ്മുടെ കുട്ടിയമ്മക്ക് പുതിയ ഹെഡ്ഡിനോട് മിണ്ടാൻ പോലും കഴിഞ്ഞില്ല.

ഒരു ദിവസം കുട്ടിയമ്മ സ്ക്കൂളിൽ ലാന്റ് ചെയ്തത് കൃത്യം പതിനൊന്ന് മണിക്കാണ്, വലിയൊരു ഓട്ടോയിൽ. ഓഫീസിനു മുന്നിലെത്തി ഓട്ടോയിൽ നിന്നും വെളിയിലിറങ്ങിയ അവർ സുന്ദരക്കുട്ടപ്പന്മാരായ രണ്ട് കുഞ്ഞുങ്ങളെയും രണ്ട് വലിയബാഗും ഇറക്കിവെച്ചശേഷം ഒരുത്തനെയും ഒരുബാഗും ഇടംകൈയിലെടുത്ത്, രണ്ടാം ബേഗ് വലതുചുമലിൽ ഇട്ട്, രണ്ടാമന്റെ കൈ വലതുകൈയാൽ പിടിച്ച് ഓഫീസിനകത്തേക്ക് നടന്നു. അങ്ങനെ അതിവിശാലമായി നടന്നുനടന്ന് ഇടം കൈയിലെടുത്തവനെ ഹെഡ്മാസ്റ്ററുടെ മുന്നിലുള്ള മേശപ്പുറത്ത് ഇരുത്തിയശേഷം പറഞ്ഞു.

“മാഷെ, എന്റെ മകളുടെ കുട്ടികളാണ്, ഇരട്ടക്കുട്ടികൾ. വീട്ടിലാരും ഇല്ലാത്തതുകൊണ്ട് കൂട്ടിയതാ.”

ഹെഡ്മാസ്റ്റർ ഞെട്ടി, ഒന്നാം കുട്ടി ഞെട്ടി, രണ്ടാം കുട്ടിയും ഞെട്ടി.

പിന്നെയോ???

സ്ക്കൂൾ ആകെ ഞെട്ടി.

അഞ്ഞൂറ്റി അറുപത് മുതിർന്ന കുട്ടികൾ നിശ്ശബ്ദമായിരുന്ന് പഠിക്കുമ്പോൾ രണ്ട് പയ്യന്മാർ ചേർന്ന് ഭീകരമായ ഒച്ചയിൽ കരയുന്നത് കേട്ടാലെങ്ങനെ ഞെട്ടാതിരിക്കും!!! ഒടുവിൽ രജിസ്റ്ററിൽ ഒപ്പ് ചാർത്താനും പയ്യന്മാരെ വീട്ടിലാക്കിയിട്ട് ആ ദിവസം വീട്ടിലിരിക്കാനും ഹെഡ്മാസ്റ്റർ അനുവാദം നൽകിയപ്പോൾ കുട്ടിയമ്മ സന്തോഷിച്ചു.

വലിയൊരു കുടുംബഭാരം മൊത്തമായി വഹിക്കുന്നവളാണ് നമ്മുടെ കുട്ടിയമ്മ. സ്ഥിരമായൊരു ജോലിയില്ലാത്ത ഭർത്താവ്, കല്ല്യാണം കഴിഞ്ഞ ഒരു മകൾ, മകളുടെ ഭർത്താവ്, മകളുടെ രണ്ട് കുഞ്ഞുമക്കൾ, കോളേജിൽ പഠിക്കുന്ന ഒരു മകൻ, രണ്ട് അൽസേഷ്യൻ നായ, ഒരു മാരുതി കാർ, ഒരു മോട്ടോർ ബൈക്ക്, ഒരു കമ്പ്യൂട്ടർ, ഒരു വാടകവീട്,,, എല്ലാം സുഗമമായി മുന്നോട്ട് നയിക്കുന്നത് അവരുടെ കഴിവാണ്. ഭർത്താവിന്റെ ജോലി ഇടയ്ക്കിടെ മാറിക്കൊണ്ടിരിക്കും. എൽ.ഐ.സി. ഏജന്റ്, ഭാഗ്യരത്നം വില്പന, കല്ല്യാണ സ്ഥല ഓഹരി ബ്രോക്കർ ആദിയായ എല്ലാ പണമിടപാടിലും കുട്ടിയമ്മയുടെ കണവനുണ്ടാവും. മധുരപ്പതിനേഴിൽ കടന്നപ്പോൾ തന്നെ വിവാഹിതയായ മകളാണെങ്കിൽ രണ്ടു മക്കളും ജോലിയില്ലാത്ത ഭർത്താവുമൊത്ത് അമ്മയോടൊപ്പമാണ് താമസം. സ്വകാര്യപണമിടപാട് സ്ഥാപനത്തിലെ 'കലക്റ്ററായ' മകൾക്ക് വേണ്ടിയാണ് കാറ് വാങ്ങിയത്. പിന്നെ ബൈക്ക്, പ്ലസ് 2 പഠിക്കുന്ന മകന് വേണ്ടിയാണ്. വീട് റോഡ് സൈഡിലാണെങ്കിലും മകൻ ബസ് കാത്തുനിന്ന് വിഷമിക്കണ്ടല്ലോ. സ്വന്തമായുള്ള വീട് അകലെ ആയതിനാൽ സ്ക്കൂളിനടുത്ത് വാടകവീട്ടിലാണ് താമസം.

മറ്റുള്ളവരുടെ പോക്കറ്റിലെ പണം തന്റേത് കൂടിയാണെന്ന് വിശ്വസിക്കുന്നവളാണ് നമ്മുടെ കുട്ടിയമ്മ. എന്നെപോലുള്ള ചില ദരിദ്രവാസികളെ മാത്രം ഒഴിവാക്കിയിട്ട് മറ്റുള്ളവരോടെല്ലാം അവർ കടം വാങ്ങിയിട്ടുണ്ട്. പുതിയതായി സ്ക്കൂളിൽ ചേർന്നവരെ കുട്ടിയമ്മ പരിചയപ്പെടുന്നത് നല്ലൊരു തുക കടം വാങ്ങിയിട്ടായിരിക്കും.

കുട്ടിയമ്മയുടെ മുഖ്യശത്രുക്കൾ രണ്ടുപേരാണ്, അതിൽ ഒന്നാം നമ്പർ ഞാൻ തന്നെ. രണ്ടാം നമ്പർ ഹൈസ്ക്കൂൾ കണക്ക് മാഷാണ്. കണക്ക്മാഷ് അവരെ കണക്കില്ലാതെ വഴക്ക് പറയുകയും പരിഹസിക്കുകയും ചെയ്യും. ഞാനാണെങ്കിൽ നേരിട്ടും അല്ലാതെയും അവരെ ഉപദ്രവിക്കും. വൈകുന്നേരം കുട്ടിയമ്മയോടൊപ്പം സ്ക്കൂൾപരിസരം വൃത്തിയാക്കുന്ന വിദ്യാർത്ഥിനികളെ ഞാൻ ക്ലാസ്സിലേക്ക് ഓടിക്കും. അതുപോലെ ക്ലാസ്സിൽ അറിയിപ്പുമായി വരുന്ന കുട്ടിയമ്മയടക്കം ഉള്ളവരെ ഞങ്ങളുടെ വിദ്യാർത്ഥികൾ എഴുന്നേറ്റുനിന്ന് ബഹുമാനിക്കാറുണ്ട്. അങ്ങനെയൊരു ശീലം ഒഴിവാക്കാനായി അദ്ധ്യാപികയായ ഞാൻ ക്ലാസ്സിൽ ഉള്ളപ്പോൾ ആരുവ

ന്നാലും പറയാതെ എഴുന്നേൽക്കരുത് എന്ന നിയമം ഉണ്ടാക്കി.

"ഹോ, ഇങ്ങനെ എത്രയെത്ര നിയമങ്ങളാണ് നിർമ്മിച്ചത്!"

സ്ക്കൂളിലെ ഓഫീസ് ആവശ്യത്തിനു വിളിക്കുന്ന ആകെയൊരു ടെലിഫോൺ ഹെഡ്മാസ്റ്ററുടെ മുന്നിലാണുള്ളത്. മൊബൈൽ ഫോൺ ജനിക്കുന്നതിനു മുൻപുള്ള കാലമായതിനാൽ അത്യാവശ്യം വിളിക്കേണ്ടവർക്ക് എച്ച്.എം.ന്റെ അനുവാദത്തോടെ ഫോൺ വിളിക്കാൻ കഴിഞ്ഞിരുന്നു. ഒരു ദിവസം സ്റ്റാഫ് മീറ്റിങ്ങിൽ ടെലിഫോൺ ബില്ല് ഒരു ചർച്ചയായി മാറി. ഏതാനും മാസങ്ങളായി ഫോൺബില്ല് അമിതമായി വർദ്ധിക്കുന്നു. ഹെഡ്മാസ്റ്റർ വീട്ടിലേക്ക് വിളിക്കുന്നതു കൊണ്ടാണെന്ന് കണക്ക് അദ്ധ്യാപകന്റെ അഭിപ്രായം. വീടുപൂട്ടി ഭാര്യ ഓഫീസിലും മക്കൾ കോളേജിലും പോകുന്ന ഹെഡ്മാസ്റ്റർക്ക് അവിടേക്ക് വിളിക്കേണ്ട ആവശ്യമില്ലെന്ന് സ്റ്റാഫ് സെക്രട്ടറി. ഒടുവിൽ ടെലിഫോൺ വിളികൾക്ക് നിയന്ത്രണം ഏർപ്പെടുത്തി.

മാസങ്ങൾ കഴിഞ്ഞിട്ടും ടെലിഫോൺ ബില്ല് 'ഞങ്ങളുടെ സ്ക്കൂളിലെ എസ്.എസ്.എൽ.സി. റിസൽട്ട്പോലെ' വർദ്ധിച്ചു കൊണ്ടിരിക്കുകയാണ്. ഒരുദിവസം വൈകിട്ട് നാലര മുതൽ അഞ്ചുമണിവരെ സ്ക്കൂളിലെ ടെലിഫോണിൽ സംസാരിക്കുന്ന കുട്ടിയമ്മയെ ഞാൻ കൈയോടെ പിടിച്ചിട്ട് കാര്യം ഹെഡ്മാസ്റ്ററെ അറിയിച്ചു. കുട്ടിയമ്മ മാത്രമല്ല, പലരും ലാന്റ്ഫോൺ ദുരുപയോഗപ്പെടുത്തുന്നു എന്നറിഞ്ഞ ഹെഡ്മാസ്റ്റർ ഫോൺ പൂട്ടി താക്കോൽ സ്വന്തം കീശയിലിട്ടു. ഇനിയങ്ങോട്ട്, ഇങ്ങോട്ടുള്ള വിളി വരുമെങ്കിലും അങ്ങോട്ടുള്ള വിളി ഓഫീസ് ആവശ്യത്തിനു മാത്രം.

മാസങ്ങൾ വീണ്ടും ഇഴഞ്ഞുനീങ്ങി,, ഫോൺബില്ലാണെങ്കിൽ സ്വർണ്ണത്തിന്റെ വിലപോലെ പടിപടിയായി കയറ്റം തന്നെ. ഒടുവിൽ അതൊരു സംഭാഷണവിഷയമല്ലാതായി.

ഒരുദിവസം ഹെഡ്മാസ്റ്റർ ലീവ് ആയപ്പോൾ എച്ച്. എം. ചാർജ്ജ് ലഭിച്ചത് കൂട്ടത്തിൽ സീനിയർ ആയ എനിക്കായിരുന്നു. വല്ലപ്പോഴും ഇങ്ങനെ കിട്ടുമ്പോൾ ബ്രഹ്മാസുരന് വരം കിട്ടിയതു പോലെ ഞാനൊരു കലക്ക് കലക്കും. അന്ന് ഉച്ചഭക്ഷണം കഴിക്കുമ്പോൾ കുട്ടിയമ്മ എന്നെ വിളിച്ചു.

"ടീച്ചറേ ജില്ലാ ഓഫീസിൽ നിന്നും സ്ക്കൂളിന്റെ ഏതോകാര്യം ചോദിക്കാനായി വിളിച്ചിരുന്നു. ഉടനെ അങ്ങോട്ട് വിളിക്കാൻ പറ

ഞ്ഞു, ടീച്ചർക്കല്ലേ സ്ക്കൂളിന്റെ ചാർജ്ജ്. നമ്പർ തന്നിട്ടുണ്ട്."

ഓഫീസിൽ എത്തിയ ഞാൻ ടെലിഫോണിനെ സമീപിച്ചപ്പോഴാണ് പ്രശ്നം മനസ്സിലായത്. നമ്മുടെ ഫോൺ ഇൻകമിങ്ങ് തുറന്നതാണെങ്കിലും ഔട്ട്ഗോയിങ്ങ് അടച്ചുപൂട്ടിയിരിക്കയാണ്. കീ ഹെഡ്മാസ്റ്ററുടെ പോക്കറ്റിലും. ഇനിയെന്ത് ചെയ്യും?

"ഇനിയിപ്പോൾ ടെലിഫോൺ ബൂത്തിൽ പോയിട്ട് ഫോൺ ചെയ്യണമല്ലോ."

ഒരു കടലാസ്സിൽ വിളിക്കേണ്ട നമ്പർ എഴുതുമ്പോൾ കുട്ടിയമ്മ അടുത്തുവന്നു.

"ടീച്ചറേ."

ഞാൻ തിരിഞ്ഞുനോക്കി.

"ഈ ആണികൊണ്ട് ടെലിഫോൺ തുറക്കാൻ കഴിയും. ഓഫീസ് ആവശ്യത്തിനല്ലേ, ടീച്ചർ തുറന്നിട്ട് ഫോൺ ചെയ്തശേഷം അതേപോലെ അടച്ചാൽ മതി."

ഒരറ്റം വളഞ്ഞ ചെറിയൊരു ആണി അവരെന്റെ കൈയിൽ തന്നു.

******

സീനിയറും സിലിണ്ടറും

എൽ.പി.ജി. ഗ്യാസ് വീട്ടിലില്ലാത്ത അവസ്ഥ, ഇന്നത്തെ കാലത്ത് ഓർക്കാനേ വയ്യ. അടുക്കളയിൽ ഗ്യാസ് കടന്നുവന്നിരുന്ന ആദ്യകാലത്ത്; 'വീട്ടിലെ ഗ്യാസ് തീർന്നു' എന്ന് പറയുന്നത് ഒരു മഹാസംഭവമായിട്ടാണ് കണക്കാക്കിയത്. അക്കാലത്ത് ഗ്യാസിനെ കുറിച്ചുള്ള പൊങ്ങച്ചം കേട്ടാൽ തോന്നുക 'ഹൌസ്‌വൈഫ്' എന്നറിയപ്പെടുന്ന അവളുമാരെല്ലാം 'ഗ്യാസ് സിലിണ്ടറോടൊപ്പം ആയിരിക്കും ജനിച്ചത്' എന്നാണ്.

പാചകവാതകം കൊണ്ടുള്ള ഗുണം ഒരു തവണ അറിഞ്ഞ അടുക്കളക്കാരിയായ വീട്ടമ്മ പിന്നെ അതില്ലാതെ ജീവിക്കാൻ പറ്റാത്ത അവസ്ഥയിലായി മാറിയിരിക്കും. പുകയും കരിയും നിറഞ്ഞ അടുക്കളയിൽ നിന്നുമുള്ള മോചനമാണത്. കരിപിടിച്ച പാത്രങ്ങൾ ഉരച്ചുകഴുകി സ്വന്തം നഖവും കൈയും വൃത്തികേടാക്കേണ്ടതില്ല. വളരെ വേഗത്തിലും എളുപ്പത്തിലും പാചകം പൊടിപൊടിക്കാം. വളരെ പ്രധാനപ്പെട്ടത്; പാചകത്തിന് അടുക്കളതന്നെ വേണമെന്നില്ല. ഒറ്റമുറി വീട്ടിൽ താമസിക്കുന്നവർക്ക് ബഡ്റൂമിന്റെ ഒരു മൂലക്ക് ഗ്യാസ്കുറ്റിയും സ്റ്റൗവും സംഘടിപ്പിച്ച് പാചകമൂല ആക്കി മാറ്റാം. വിറക് ശേഖരിക്കൽ, ചാരം പുറത്തുകളയൽ എന്നിവയെ കുറിച്ച് ആലോചിച്ച് തലപുകക്കേണ്ടതില്ല.

അടുക്കളയിൽ വന്ന ഗ്യാസ് മനുഷ്യന്റെ ശരീരത്തിനകത്തും പ്രവേശിക്കാൻ തുടങ്ങി. വെറും വീട്ടമ്മയായി ജീവിച്ചിരുന്നവരുടെ പ്രധാന ഹോബി വിറക് പെറുക്കലായിരുന്നു. മഴക്കാലം കഴിയുന്നതുവരെ ആവശ്യം വരുന്ന വിറക് പുതുമഴ പെയ്യുന്നതിനു മുൻപേ ശേഖരിച്ച്, വിറകുപുരയിലും അടുക്കളയുടെ മുകളിലുള്ള തട്ടിൻപുറത്തും നിറച്ചിരിക്കും. മുറ്റത്തും പറമ്പിലും കാണുന്ന 'ചപ്പുചവറുകളും വിറകും' ഒന്നൊഴിയാതെ ഇന്ധനം ആക്കി മാറ്റുന്നതിനാൽ മലിനീകരണവും കൊതുകുവളർത്തലും നാട്ടിൻപുറത്ത് ഉണ്ടായിരുന്നില്ല. വീട്ടിലെ സ്ത്രീജനങ്ങൾ എല്ലാവരും ഒന്നിച്ചുചേർ

ന്ന് പാചകകല കൈകാര്യം ചെയ്യുന്നതിനാൽ ശാരീരികമായ അവശതകളും പ്രഷർ, ഷുഗർ, കോളസ്ട്രോൾ, ഗ്യാസ്ട്രബിൾ ആദിയായവ എല്ലാം അകന്നുപോയ കാലം.

എത്ര പെട്ടെന്നാണ്, എല്ലാം തകിടം മറിഞ്ഞത്. ഒരുനേരത്തെ ആഹാരത്തിന് വകയില്ലാത്തവനും, ഒരുമണി അരിപോലും വീട്ടിലില്ലാത്തവനും പാചകവാതകം കിട്ടാൻ കൊതിയേറി. ഗ്യാസ് ലഭിക്കാൻ അപേക്ഷ കൊടുക്കാനായി ക്യൂ നിൽക്കുന്നവരുടെ എണ്ണം വർദ്ധിച്ചു. 'ഒരു വീട്ടിൽ ഒരു ഗ്യാസ്' സ്റ്റാറ്റസ് ആയി മാറി. പണ്ടുകാലത്ത് പെണ്ണുകാണാൻ വരുമ്പോൾ കൃഷിയുണ്ടെന്ന് അറിയിക്കാൻ മുറ്റത്തെ മൂലയിൽ വൈക്കോൽകൂന പ്രദർശിപ്പിക്കുന്നതുപോലെ 'പുരനിറഞ്ഞ പെണ്ണ്'വീട്ടുകാരും ആൺവീട്ടുകാരും കാലിയായ ഗ്യാസ് സിലിണ്ടർ എല്ലാവരും കാൺകെ വീട്ടിനു മുന്നിൽ പ്രദർശിപ്പിച്ചു. തപാൽപെട്ടി പോലെ ചുവന്ന സിലിണ്ടർ മുന്നിൽ കാണുമ്പോൾ ആരുമൊന്ന് നോക്കിപ്പോവും. ഉദ്യോഗസ്ഥകളായ വീട്ടമ്മമാർക്ക് പെട്ടെന്നുള്ള പാചകത്തിൻ ഗ്യാസടുപ്പ് ഒഴിവാക്കാൻ പറ്റാത്ത ഘടകമായി മാറി. ടീവി കാണാനും വിശ്രമവേളകൾ ഭക്ഷണവേളകളാക്കി മാറ്റാനും വീട്ടമ്മമാർക്ക് കൂടുതൽ സമയം ലഭിച്ചു. അങ്ങനെ തടിച്ചികളെയും മടിച്ചികളെയും കൊണ്ട് നമ്മുടെ നാട് നിറയാൻ തുടങ്ങി.

അടുക്കളയിലുള്ള വിറകിനെ നമ്മൾ പുറത്തേക്ക് കളഞ്ഞിട്ട് ഗാസ് കുറ്റിയെ അകത്തേക്ക് കടത്തുന്ന അതിമഹത്തായ കാലം. വീട്ടിൽ ഗ്യാസടുപ്പ് ആയാലുള്ള മെച്ചം അത് ലഭിച്ച അദ്ധ്യാപകർ പറയുന്നതുകേട്ട് ഞങ്ങളുടെ സ്ക്കൂളിലെ സഹപ്രവർത്തകർക്ക് കൊതിയായി. സ്ക്കൂളിലെ സംഗീതം അദ്ധ്യാപകനാണ് സീനിയർ. അദ്ദേഹം എല്ലാവരെക്കാളും ജൂനിയർ ആണെങ്കിലും ഈ വിദ്യാലയത്തിൽ വളരെക്കാലം പഠിപ്പിച്ചതിനാൽ മറ്റുള്ളവരോട് പറയുന്നത് 'ഞാൻ സീനിയർ' എന്നാണ്. നാട്ടിൽ പുത്തനായി വരുന്നതെല്ലാം പെട്ടെന്ന് സ്വന്തമാക്കുന്ന സ്വഭാവം പണക്കാരനായ സീനിയറിനുണ്ട്. അതുകൊണ്ട് എങ്ങനെയെങ്കിലും ഒരു എൽ.പി.ജി. ഗ്യാസ് ലഭിക്കാനുള്ള പരിശ്രമത്തിലാണ് അദ്ദേഹം. സ്ക്കൂൾ ഭരിക്കുന്ന ഓൾഡ്ജെൻ കാരണവരെ പോലുള്ള മൂരാച്ചി ഹെഡ്മാസ്റ്റർക്ക് പുത്തൻ പരിഷ്ക്കാരങ്ങളൊന്നും ഇഷ്ടമല്ല.

ഒരുനാൾ സമീപത്തുള്ള സഹകരണ ബേങ്കിന്റെ വകയായി ഗ്യാ

സ് പെർമിറ്റ് കൊടുക്കുന്നുണ്ട്, എന്നറിഞ്ഞപ്പോൾ ആദ്യ ദിവസം തന്നെ നമ്മുടെ സീനിയറിന്റെ ഭാര്യ പത്ത് മണി മുതൽ നാല് മണി വരെ ക്യൂ നിന്നെങ്കിലും സമയം വൈകിയതിനാൽ നിരാശയോടെ തിരിച്ചുപോന്നു. അന്നു രാത്രി സീനിയർ പറഞ്ഞു,

"നാളെ രാവിലെ ഞാൻ ക്യൂ നിൽക്കാം. നീ നോക്കിക്കോ, ഗ്യാസ് പെർമിറ്റ് ശരിയാക്കിയ ശേഷമേ ഇനി സ്ക്കൂളിലേക്കുള്ളൂ."

അതിരാവിലെ ബേങ്കിനു മുന്നിൽ ക്യൂ നിൽക്കാൻ പോയ സീനിയർ ഞെട്ടി, നാട്ടിൻപുറത്തെ പോളിംഗ്ബൂത്തിൽപോലും ഇത്രേം വലിയ ക്യൂ കാണില്ല. ഏതായാലും ആധുനിക മനുഷ്യന്റെ ജീവിതത്തിൽ വലിയൊരു സമയം ക്യൂവിലാണല്ലോ.

പത്തുമണി ആയപ്പോൾ ആളുകൾ ഓരോന്നായി അകത്തേക്ക് കടക്കാൻ തുടങ്ങി. അകത്തു പോയവൻ ഓണംബംബർ ലോട്ടറി അടിച്ചവനെപോലെ മറ്റുള്ളവരെ നോക്കി ചിരിച്ചുകൊണ്ട് പുറത്തു വരാൻ തുടങ്ങി. സമയം പതിനൊന്ന് മണി ആയി. സീനിയറിന്റെ മുന്നിൽ ഇനിയും നൂറുപേർ നിൽപ്പുണ്ട്. ഒരു വർഷം എടുക്കാവുന്ന ലീവുകളെല്ലാം തീർന്നതിനാൽ ഇനിയും നിന്നാൽ ഒരു ദിവസത്തെ ശമ്പളം നഷ്ടപ്പെടുമെന്നും നാളെ പുലർച്ചക്കു വന്ന് ഒന്നാംനമ്പർ ആയി നിൽക്കാമെന്നും മനസ്സിൽ പറഞ്ഞുകൊണ്ട് സീനിയർ ക്യൂ വിട്ട് സ്ക്കൂളിലേക്ക് നടന്നു.

സ്ക്കൂളിൽ എത്തി റജിസ്റ്ററിൽ ഒപ്പിടാൻ നോക്കിയപ്പോൾ ഹെഡ്മാസ്റ്റർ മുന്നിൽ.

"ഏതെങ്കിലും സമയത്ത് ഒപ്പിടലൊന്നും ശരിയാവില്ല. സമയം എത്രയായെന്ന് അറിയാമോ?"

പിന്നെ എവിടെയാണ് ശരിയെന്ന് ചോദിക്കാൻ തോന്നിയെങ്കിലും ചോദിച്ചില്ല,

"അത് സാർ രാവിലെമുതൽ ഗ്യാസ് പെർമിറ്റ് ലഭിക്കാൻ ബേങ്കിനു മുന്നിൽ ക്യൂ നിൽക്കുകയായിരുന്നു."

"തന്റെയൊരു ഗ്യാസ്; ഉദ്യോഗമൊന്നും ഇല്ലാത്ത തന്റെ ഭാര്യക്ക് എന്തിനാടോ ഗ്യാസ്,, അടുക്കളയിൽ വിറക് കത്തിച്ചാൽ പോരേ?"

മൂരാച്ചിയായ, കാലത്തിനൊത്ത് കോലം കെട്ടാനറിയാത്ത ഹെഡ്മാസ്റ്ററോട് കൂടുതൽ പറയാതിരിക്കുന്നതാണ് നല്ലത്. പറഞ്ഞാൽ ഒപ്പ് ചാർത്തൽ നടക്കില്ല. ഗ്യാസ് കാര്യം പറഞ്ഞ് നാട്ടുകാരനായ

ഹെഡ്മാസ്റ്ററെ പിണക്കിയാൽ നഷ്ടം തനിക്ക് തന്നെയാണ്. ഉദ്യോഗസ്ഥ അല്ലാത്ത ഹെഡ്മാസ്റ്ററുടെ ഭാര്യയെ ഒരുനിമിഷം ഓർത്തുപോയി.

അന്നുരാത്രി ഉറങ്ങാൻ കിടന്ന സീനിയർ ആലോചിച്ചു 'നാളെ പുലർച്ചെ നാല് മണിക്ക് എഴുന്നേറ്റിട്ട് ബേങ്കിന്റെ വാതിലിനു മുന്നിൽപോയി കിടന്നാലോ? അങ്ങനെ ചെയ്താൽ ഒന്നാം നമ്പറായി അപേക്ഷ കൊടുക്കാമല്ലോ'. പുത്തൻ പദ്ധതി ഭാര്യയോട് പറഞ്ഞതനുസരിച്ച് അലാറം കേട്ട് കൃത്യം നാലുമണിക്ക് ഉണർന്ന സീനിയർ രണ്ട് ബെഡ്ഷീറ്റും തലയിണയും ടോർച്ചും എടുത്തിട്ട് നടന്നു; നേരെ ബേങ്കിലേക്ക്.

അവിടെയെത്തിയിട്ട് പുലരുന്നതുവരെ കിടക്കാനൊരു സ്ഥലം ടോർച്ചടിച്ച് നോക്കുമ്പോൾ കണ്ടത് ഏതോ ഒരുത്തൻ വാതിലിന്റെ തൊട്ടുമുന്നിൽ കിടന്ന് കൂർക്കംവലിച്ച് ഉറങ്ങുന്നതാണ്. ഓഫീസ് തുറന്നാൽ ഒന്നാം നമ്പറായി അപേക്ഷ കൊടുക്കാൻവേണ്ടി ഇന്നലെ രാത്രിതന്നെ ബേങ്കിന്റെ വരാന്തയിൽ ഒറ്റക്ക് കിടന്നുറങ്ങുന്നു. സാരമില്ല തനിക്ക് രണ്ടാമനായാലും മതി.

ചെറിയൊരു പരിചയം തോന്നിയപ്പോൾ ടോർച്ചടിച്ച് ഉറങ്ങുന്നവനെ നോക്കി. വിശ്വാസം വരാതെ വീണ്ടും വീണ്ടും നോക്കിയപ്പോൾ ടോർച്ചിന്റെ വെളിച്ചത്തിൽ നന്നായി കണ്ടു.

സ്വന്തം സ്ക്കൂളിലെ ഹെഡ്മാസ്റ്റർ!

തന്നെക്കാൾ സീനിയർ ഹെഡ്മാസ്റ്റർ ആണെന്ന് സംഗീതത്തിന് അപ്പോഴാണ് മനസ്സിലായത്.

******

ആറടി ഏഴിഞ്ച് ഉയരമുള്ള വേലക്കാരി

ഡ്യൂട്ടികഴിഞ്ഞ് സ്റ്റേഷനിൽനിന്നിറങ്ങി ബസ്സ്റ്റോപ്പിലേക്ക് നടക്കുമ്പോൾ കോൺസ്റ്റബിൾ രാജീവന്റെ മനസ്സിൽ പെട്ടെന്നൊരു ചിന്തയുണർന്നു.

"രാത്രിഭക്ഷണവും ഹോട്ടലിൽനിന്ന് കഴിച്ചാലോ?"

രണ്ടുനേരത്തെ ഭക്ഷണവും ഹോട്ടലിൽ നിന്നായാൽ ഭാര്യ സുധാകുമാരി, വളരെയധികം സന്തോഷിക്കുമെന്ന് അദ്ദേഹത്തിനറിയാം. ചിലപ്പോൾ അവൾ പറഞ്ഞേക്കാം,

"ചേട്ടൻ വരുമ്പോൾ എനിക്കും മക്കൾക്കും ഓരോ പാർസൽ കൂടി വാങ്ങിയാൽ നന്നായിരിക്കും."

രണ്ട് മക്കളായതിനുശേഷമാണ് രാജീവൻപോലീസ് പുതിയവീട്ടിൽ താമസമാക്കിയത്. രണ്ടുവർഷം വരെ പ്രശ്നമൊന്നും ഇല്ലാത്ത വീട്ടിൽ പുതിയൊരു അനുഭവം ഉണ്ടാവുന്നത് അടുത്ത കാലത്താണ്, ശരിക്ക് പറഞ്ഞാൽ രണ്ടുമാസം മുൻപ്;

ഒരു വീടിന്റെ പ്രധാന ഭാഗം ഏതാണ്?

അടുക്കള...

സ്വന്തമായി ഒരു വീട് നിർമ്മിക്കുമ്പോഴും താമസം ആരംഭിച്ചപ്പോഴും വീടിന്റെ അതിപ്രധാന ഭാഗമായ അടുക്കള പ്രശ്നമായിരുന്നില്ല. അക്കാലത്ത് അടുക്കളയുടെ ഭാഗമായി തന്നെയും കുടുംബത്തെയും അറിഞ്ഞുകൊണ്ട് ഭക്ഷണം തയ്യാറാക്കുന്ന വേലക്കാരി ജാനു ഒപ്പം ഉണ്ടായിരുന്നു. ഇന്നാണെങ്കിൽ അതേ വീട്ടിലെ അടുക്കളയിൽ ഇഷ്ടം പോലെ ഭക്ഷണം ഉണ്ടെങ്കിലും പട്ടിണികിടക്കേണ്ട ഗതികേടിലാണ്. ജീവിതത്തിന്റെ താളം തെറ്റുന്നതോടൊപ്പം പട്ടിണി അറിയാനും തുടങ്ങിയത് രണ്ടുമാസം മുൻപ് ജാനുവിന്റെ വിവാഹത്തോടെയാണ്. അൻപത് വയസ്സായ ജാനകിയേച്ചി രണ്ടാംകെട്ടുകാരനെ വിവാഹം കഴിച്ച് അയാളോടൊപ്പം ചെന്നൈയിലേക്ക് വണ്ടി കയറുമെന്ന് സ്വപ്നത്തിൽ പോലും ഓർത്തിരുന്നില്ല.

ജാനു, തന്റെ സ്വന്തം ജാനകിയേച്ചി; അച്ഛന്റെ അകന്ന ബന്ധു

വാണ്. ആണിന്റെ മിടുക്കും ശരീരവലിപ്പവും ശക്തിയുമുള്ള അവരെ കുട്ടിക്കാലം മുതൽ തറവാട്‌വീട്ടിൽ കാണാറുള്ളതാണ്. 'ഇപ്പോൾ പോലീസാണെങ്കിലും രാജീവനെയൊക്കെ ഞാനെടുത്ത് കളിപ്പിച്ചിട്ടുണ്ട്' എന്ന് അഭിമാനത്തോടെ അവർ പലപ്പോഴും പറയാറുണ്ട്. സ്വന്തം വീട്ടിലെ പട്ടിണിയും അവഗണനയും കാരണം ബന്ധുവീട്ടിലെ വേലക്കാരി ആവേണ്ടി വന്നതിലുള്ള പ്രയാസം അവർ പ്രകടമാക്കിയില്ല. പിന്നെ മാസാമാസം കണക്കുപറഞ്ഞ് 'ശമ്പളം' വാങ്ങുമ്പോൾ അവർ തൊഴിലാളി ആയി മാറും.

രണ്ട് വർഷം മുൻപ്, പുതിയ വീട് നിർമ്മാണവേളയിൽ തൊഴിലാളികളുടെ കൂടെ എന്നും ജാനകിയേച്ചി ഉണ്ടായിരുന്നു. സ്വന്തം വീട് നിർമ്മിക്കുന്ന ഒരു വീട്ടമ്മയെപോലെ പെരുമാറുന്ന അവരെ തൊഴിലാളികൾ ഭയപ്പെട്ടിരുന്നു. വീടിന്റെ ഓരോ മുറിയും നിർമ്മിക്കുന്നതിൽ തെറ്റുകുറ്റങ്ങൾ കണ്ടെത്തിയാൽ തിരുത്താൻ അവരുണ്ടാവും. ഒടുവിൽ ഗൃഹപ്രവേശനം നടന്ന് പുതിയ വീട്ടിൽ താമസമാക്കിയപ്പോൾ ഒപ്പം സഹായിആയി ജാനകിയേച്ചിയും വന്നു. വീട്ടമ്മയായ സുധക്ക് ടീവി കാണാനും വിരുന്നുപോകാനും പാർക്കിൽ ചുറ്റിയടിക്കാനും മക്കളെ ഹോംവർക്ക് ചെയ്യിക്കാനും സമയം ലഭിച്ചത് അടുക്കളയിൽ അവർ ഉള്ളതുകൊണ്ട് മാത്രമായിരുന്നു. കൂടാതെ രണ്ട് കുഞ്ഞുങ്ങളെയും ഭാര്യയെയും വീട്ടിലാക്കിയിട്ട് നൈറ്റ്ഡ്യൂട്ടിക്ക് സമാധാനത്തോടെ പോകാൻ കഴിഞ്ഞത്, ആണിന്റെ തന്റേടമുള്ള ജാനകിയേച്ചി വീട്ടിലുണ്ടെന്ന ധൈര്യത്തിലായിരുന്നു.

ജാനുവിന്റെ വിവാഹത്തോടെ അടുക്കളയുടെ താളം തെറ്റി. ഭക്ഷണം കഴിക്കാനുള്ള നേരം നോക്കിയിട്ട് അടുക്കളയിൽ കടക്കുന്നത് ശീലമാക്കിയ ഭാര്യക്ക് പാചകം ഒരു കഠിനകലയായി മാറിയപ്പോൾ അതിന് ബലിയാടായത് ഭർത്താവും മക്കളും തന്നെ. ഉപ്പ്, മുളക്, മല്ലി തുടങ്ങിയവയെല്ലാം ഏത് പാത്രത്തിലാണ് വെച്ചതെന്നോ, അവയെല്ലാം ഏതളവിൽ ചേർക്കണമെന്നോ അറിയാത്ത ഭാര്യ കഷ്ടപ്പെട്ട് വെച്ച കറികൾ അടുക്കളപ്പുറത്തെ വാഴകൾക്ക് വളമായി മാറി.

എല്ലാം സഹിക്കാമെങ്കിലും ഏറ്റവും വലിയ പ്രശ്നം തിരിച്ചറിഞ്ഞത് അടുത്ത കാലത്താണ്. അഞ്ചടിപോലും ഉയരമില്ലാത്ത സുധാകുമാരിക്ക് യോജിക്കാത്തതായിരുന്നു സ്വന്തം അടുക്കളയിലെ

തട്ടുകളും അലമാരകളും. മേലനങ്ങി പണിയെടുക്കാത്തതിനാൽ ഉരുണ്ടുവീർത്ത സുധക്ക് കയ്യെത്തുന്നതിലും ഉയരമുള്ള വർക്ക്ഏറിയ ഒരു തരത്തിലും യോജിക്കാത്തതാണെന്ന് ജാനു പോയതിനു ശേഷമാണ് മനസ്സിലായത്. വീട് നിർമ്മാണ സമയത്ത് ഒരു വിരുന്നുകാരിയെപ്പോലെ മാത്രം കടന്നുവന്ന വീട്ടമ്മ! രാജീവൻപോലീസിന്റെ വീട്ടിലെ അടുക്കളയുടെ സെറ്റിംഗ്സ് ആറടിയിലേറെ ഉയരമുള്ള വേലക്കാരി ജാനുവിന്റേത് ആണല്ലോ!

ബസ്സിൽ കയറി ഇരുന്നപ്പോഴും ചിന്ത ഒരു വേലക്കാരിയെ കണ്ടെത്തുന്നതിനെ കുറിച്ചാണ്; അതും ആറടിയെങ്കിലും ഉയരമുള്ള സ്ത്രീ! എവിടെ കിട്ടും? പിസി ആയതിനാൽ കണ്ടക്റ്റർ കൈനീട്ടിയില്ല, സുഖയാത്ര. ബസ്സിൽ കയറുന്ന സ്ത്രീകളിൽ ഉയരം കൂടിയവരുണ്ടോ എന്ന് നിരീക്ഷിക്കാൻ തുടങ്ങി. ഇപ്പോൾ അതൊരു പതിവായിരിക്കുന്നു.

ആറടി ഉയരമുള്ള വേലക്കാരിയെ വേണമെന്നറിഞ്ഞ് സഹപ്രവർത്തകരെല്ലാം കളിയാക്കിയെങ്കിലും ചിലർ പോംവഴി പറഞ്ഞു, 'അത്രയും ഉയരമുള്ള ആളെ വേണമെങ്കിൽ ആണുങ്ങളെ അന്വേഷിക്കുന്നതായിരിക്കും നല്ലത്'. ഹോംനേഴ്സിനെ അന്വേഷിച്ചപ്പോൾ അവർ രണ്ട് തവണ ആളെ അയച്ചെങ്കിലും ഉയരക്കുറവ് കാരണം തിരിച്ചയച്ചു. ഒടുവിൽ ഒരു ദിവസം പത്രത്തിൽ പരസ്യം നൽകി,

'ആറടിയോ അതിൽ കൂടുതലോ ഉയരമുള്ള വേലക്കാരിയെ ആവശ്യമുണ്ട്'

പ്രതികരണം വളരെ കുറവായിരുന്നു, അഞ്ചരഅടി ഉയരം ഉണ്ട്. അരയടി ഉയരമുള്ള ചെരിപ്പിട്ടാൽ പോരെ' എന്നാണ് ചിലർ ചോദിച്ചത്.

വെറുമൊരു ജാനുവിനെ ആശ്രയിച്ചതുകൊണ്ടല്ലേ ഇങ്ങനെയൊരു അബദ്ധം പറ്റിയത്? വീട് നിർമ്മിക്കുന്ന നേരത്ത് ശ്രദ്ധിക്കാത്തതു കാരണം വേലക്കാരി വീട്ടുകാരിയുടെ സ്ഥാനത്ത് കയറിയിരുന്നു.

രാജീവന്റെ വീട്ടിലെ വേലക്കാരി അവളുടെ ഉയരത്തിനൊത്ത് വീടും അടുക്കളയും അതിലെ വർക്ക് ഏറിയകളും സെറ്റ് ചെയ്തിരിക്കുന്നു!!!

സ്വന്തം വീടിനോട് അടുക്കുന്തോറും ദേഷ്യം വർദ്ധിക്കുകയാണ്.

കോളിംഗ് ബെൽ അടിച്ചപ്പോൾ വാതിൽ തുറന്ന ഭാര്യയുടെ മു

ഖത്ത് അതിയായ സന്തോഷം. ഒന്നാം തരത്തിൽ പഠിക്കുന്ന മകൻ സ്ക്കൂൾ വിശേഷങ്ങൾ പറയുമ്പോൾ മകൾ മുന്നിൽ കയറി നിന്ന് എൽ.കെ.ജി വിശേഷങ്ങൾ അവളുടെ ഭാഷയിൽ പറയുകയാണ്. ദിവസങ്ങൾക്ക് ശേഷമുള്ള സുധയുടെ സന്തോഷം കണ്ടപ്പോൾ ചോദിച്ചത് പതിവ് കാര്യം തന്നെ,

"അടുക്കളയിൽ ആരെയെങ്കിലും കിട്ടിയോ? നിനക്കൊരു സന്തോഷമുണ്ടല്ലോ."

"കിട്ടി"

ഉള്ളൊന്ന് തണുത്തു, ഒരു മാസമായി കൊതിച്ച സൗഭാഗ്യം.

"എങ്ങനെയുണ്ട്? ഉയരമുള്ളതാണോ?"

"നമ്മുടെ ജാനകിയേച്ചിയെക്കാൾ ഉയരമുണ്ട്, ആറടി ഏഴിഞ്ച്; ബാലൻ മാമന്റെ മകൻ കൂട്ടിവന്നതാ, എടി സീതമ്മേ ഇങ്ങോട്ട് വാ!"

"ബാലൻ മാമന്റെ മകൻ നീണാൾ വാഴട്ടെ, ഹൊ, ഇന്നുമുതൽ മര്യാദക്ക് വല്ലതും തിന്നാമല്ലോ."

"വല്ലാത്ത നാണക്കാരിയാ, എന്നോട് ആദ്യമേ പറഞ്ഞിരുന്നു, ആണുങ്ങളുടെ മുന്നിൽ നിൽക്കുന്നതും സംസാരിക്കുന്നതും തീരെ ശീലമില്ലെന്ന്."

വാതിലിന്റെ പിന്നിൽ നിൽക്കുന്ന വേലക്കാരിയെ ഭാര്യ പിടിച്ചുവലിച്ച് മുന്നിൽ നിർത്തിയിട്ടും അവൾ ഗൃഹനാഥന്റെ മുഖത്ത് നോക്കുന്നതേയില്ല, എന്തൊരു നാണം!

അവളെ മൊത്തത്തിൽ നിരീക്ഷിച്ചു...

"ഇത് എവിടെയോ കണ്ടുമറന്ന മുഖമാണല്ലൊ? ഇടത് ചെവിക്ക് സമീപം കവിളിൽ കാണപ്പെട്ട ആ കറുത്തമറുക്. ഏതാനും ദിവസം മുൻപ് കണ്ടിരുന്നല്ലോ."

പെട്ടെന്ന് ഉള്ളിൽ ആകെയൊരു ഞെട്ടൽ. ഇത് ഇത് അവളല്ലേ... എന്റെ ദൈവമേ? ഒരുമാസം മുൻപ് നഗരത്തിലെ ഹോട്ടൽ റെയ്ഡ് ചെയ്തപ്പോൾ അറസ്റ്റ് ചെയ്യപ്പെട്ടവൾ!!! നഗരത്തിന്റെ ഇരുണ്ട മറവിൽ വിലപറഞ്ഞ് കച്ചവടം നടത്തുന്നവൾ! ഏതായാലും മുഖത്ത് നോക്കാത്തതുകൊണ്ട് അവൾ തന്നെ തിരിച്ചറിഞ്ഞിരിക്കില്ല. അടുക്കള ജോലി നന്നായി ചെയ്യാനറിയാമെങ്കിൽ മറ്റു കാര്യങ്ങൾ എന്തിന് ശ്രദ്ധിക്കണം?

ആറടിയിലേറെ ഉയരമുള്ള വേലക്കാരിയെ ലഭിച്ച സന്തോഷം സഹിക്കവയ്യാതെ ഭാര്യ നിർത്താതെ സംസാരിക്കുമ്പോൾ, രാജീവൻ പോലീസ് ചിന്താമഗ്നനായി. ഏതാനും ദിവസം നോക്കിയിട്ട് കുഴപ്പമൊന്നും ഇല്ലെങ്കിൽ,,, ഒരു പോലീസുകാരന്റെ വീടായതുകൊണ്ട് അവൾ മര്യാദക്ക് ജീവിച്ചോളും. ഭക്ഷണകാര്യം എങ്ങനെയാണെന്ന് നോക്കട്ടെ...

ദിവസങ്ങൾക്ക് ശേഷം ഡൈനിംഗ് ടേബിളിൽ ചോറിനോടൊപ്പം പലതരം കറികൾ നിരന്നു, സാമ്പാറും മത്സ്യക്കറിയും കണ്ടപ്പോൾ മറ്റെല്ലാം മറന്ന് വാരിത്തിന്നാൻ തുടങ്ങി. പട്ടിണികിടന്നവൻ സദ്യ ഉണ്ണുന്നതുപോലെ, 'ഹൊ, എന്തൊരു മണവും രുചിയും', ഇങ്ങനെപോയാൽ ഇവളെ ഒഴിവാക്കുന്ന പ്രശ്നമില്ല.

ഭക്ഷണത്തിനുശേഷം സ്വീകരണമുറിയിലിരുന്ന് പത്രം വായിക്കുമ്പോൾ അവൾ വന്നു, സീതമ്മ.

"സാറിന് രാത്രി കുടിക്കാൻ കാപ്പിയോ ഹോർലിക്സോ വേണ്ടതെന്ന് ചോദിക്കാൻ ചേച്ചി പറഞ്ഞു."

സുധയോട് ദേഷ്യം തോന്നി, പുത്തനായി വന്ന വേലക്കാരിയെ പറഞ്ഞയച്ചിരിക്കുന്നു, ഭർത്താവിന്റെ കാര്യം നോക്കാൻ. ഇത് പണ്ടത്തെ ജാനകിയേച്ചിയല്ലെന്ന് പറഞ്ഞുകൊടുക്കണം.

"എനിക്ക് തണുത്തവെള്ളം മതി, അത് ഞാൻ ഫ്രിഡ്ജിൽനിന്ന് എടുത്തുകൊള്ളും."

"പിന്നെ സാറേ"

അവൾ സമീപം വന്ന് ഇടതുകൈ മേശപ്പുറത്ത് ഊന്നിക്കൊണ്ട് പതുക്കെ പറഞ്ഞു,

"എനിക്ക് സാറിനെ മനസ്സിലായി. അന്ന് സ്റ്റേഷനിൽ വെച്ച് എന്നോട് പറഞ്ഞില്ലേ, മാന്യമായ തൊഴിലെടുത്ത് ജീവിക്കാൻ. ഞാനിപ്പോൾ മാന്യമായ തൊഴിലെടുക്കാൻ വന്നത് സാറിന്റെ വീട്ടിലായത് എന്റെ ഭാഗ്യം. എന്നാലും പണ്ടത്തെ തൊഴിലൊന്നും ഞാൻ മറന്നിട്ടില്ല."

അപ്പോൾ?

രാജീവൻ പോലീസിന്റെ ഉള്ളിൽനിന്നും അഗ്നിനാളം കണക്കെ ഭയം ഉയർന്നുപൊങ്ങി.

******

ഉയർന്ന ജോലി

സാശ്രയ കോളേജിൽ പഠിച്ച് എഞ്ചിനീയറായി തിരികെ വന്ന ശേഷം വെറുതേ ഇരിക്കാതെ പുരനിറഞ്ഞു നിൽക്കുന്ന നാടിന്റെ രോമാഞ്ചകഞ്ചുകമായ രസനകുമാരി, ചെറുപ്പക്കാരുടെ ഉറക്കം നഷ്ടപ്പെടുത്താൻ തുടങ്ങിയിട്ട് നാളുകൾ ഏറെയായി. ഐശ്വര്യാറായിയുടെ ആകാരവടിവാർന്ന രസനയെ കാണുമ്പോൾ കുഞ്ഞുകുട്ടികൾ മാത്രമല്ല കുഴിയിലേക്കുപോകാൻ വിസകിട്ടിയ പടുകിഴവന്മാർപോലും പരിസരം മറന്ന് അവളെ നോക്കിയിരിക്കാറുണ്ട്.

അഭ്യസ്ഥവിദ്യയും തൊഴിൽരഹിതയുമായ രസനകുമാരിക്ക് വിവാഹാലോചനകൾ വരാൻ തുടങ്ങി. ദിവസേന രണ്ടും മൂന്നും ആലോചനകൾ മാത്രം,, എല്ലാം വന്നു, കണ്ടു, പോയി. അതോടൊപ്പം ഗ്രാമീണരും അല്ലാത്തവരുമായ മൊബൈൽനോക്കികൾ ഫെയ്സ്ബുക്കിലൂടെയും വാട്ട്സപ്പിലൂടെയും കടക്കണ്ണിലൂടെയും പ്രേമത്തിന്റെ മെസേജുകൾ അയച്ചിട്ടും ആരുടെയും വലയിൽ വീഴാതെ അവളൊരു പിടികിട്ടാപ്പുള്ളിയായി തുടരുകയാണ്.

മാസങ്ങൾ കൊഴിഞ്ഞുവീണിട്ടും രസനകുമാരിക്കു വരുന്ന വിവാഹാലോചനകൾക്ക് ഒരു കുറവും വന്നില്ല. കാരണം?

അവൾക്കൊരു ആഗ്രഹമുണ്ട്. 'തന്നെ കെട്ടുന്നവൻ ഉയർന്ന ജോലിയും ശമ്പളവും ഉള്ള ചെറുപ്പക്കാരനായിരിക്കണം'. ഡോക്റ്റർ? പോര, എഞ്ചിനീയർ? പോര, കോളേജ് പ്രൊഫസർ? പോരാ, ഓഫീസർ? അതുക്കും മേലെ. ഗൾഫുകാരൻ? വേണ്ടേ വേണ്ട.

ഒരു വെള്ളിയാഴ്ച നേരം പുലർന്നപ്പോൾ നാട്ടുകാരെല്ലാം ഞെട്ടി! നാടിന്റെ രോമാഞ്ചമായ രസനകുമാരി തെങ്ങുകയറ്റക്കാരൻ കുമാരന്റെ കൂടെ ഒളിച്ചോടിയിരിക്കുന്നു. കലിയിളകിയ അവളുടെ സ്വന്തം തന്ത മുരുകേശൻ നാട്ടുകാരോടൊപ്പം കുമാരന്റെ വീട്ടിലെത്തി ഉച്ചത്തിൽ അലറി,

"എടി രസനേ, നീയൊരു എഞ്ചിനീയറല്ലേ?, എന്നിട്ട്, തളയും ഏണിയും കത്ത്യാളുമായി അരയിലൊരു തോർത്തുമാത്രം ഉടു

ത്ത് നടക്കുന്നവനെയല്ലാതെ മറ്റാരെയും നിനക്ക് കിട്ടിയില്ലേ?"

വീട്ടിൽനിന്നും പുറത്തേക്കുവന്ന രസന നാട്ടുകൂട്ടത്തെ മൊത്തമായി നിരീക്ഷിച്ചശേഷം പറഞ്ഞു.

"പ്രീയപ്പെട്ട പിതാശ്രീ, എന്റെ ഭർത്താവായി വരുന്നത് ഉയർന്ന ജോലിയും ശമ്പളവും ഉള്ള ചെറുപ്പക്കാരനായിരിക്കണം എന്നല്ലേ പറഞ്ഞത്. ദെ, അങ്ങ് തെങ്ങിന്റെ മുകളിലേക്ക് നോക്ക്,, എന്റെ കുമാരേട്ടനേക്കാൾ ഉയരത്തിൽ ജോലി ചെയ്യുന്ന മറ്റാരെങ്കിലും ഈ നാട്ടിലുണ്ടോ? അതുപോലെ ശമ്പളമായിട്ടല്ലെങ്കിലും ഏട്ടനു കിട്ടുന്നതിനെക്കാൾ പണം ഈ നാട്ടിൽ മറ്റേത് പുരുഷനാണ് കിട്ടുന്നത്? നാട്ടുകാർക്കിടയിൽ വി.വി.ഐ.പി. ആയ കുമാരേട്ടനെയാണ് എനിക്കേറെയിഷ്ടം."

******

മർമ്മത്തിൽ കുത്തുന്നവൾ

മർമ്മത്തിൽ കുത്തുന്നവരേയും കുത്ത് ഏറ്റുവാങ്ങിയവരെയും നമ്മുടെയിടയിൽ കാണാൻ കഴിയും. കുത്ത് കൊണ്ടവൻ വേദനിക്കുന്നത് കാണുമ്പോൾ കുത്തിയവന്റെ മനസ്സിൽ സന്തോഷം നിറഞ്ഞുതുളുമ്പും. മറ്റുള്ളവരെ കുത്തിനോവിക്കാൻ അവസരം ലഭിച്ചില്ലെങ്കിലും ധാരാളം കുത്തുകൾ കൊള്ളാനുള്ള യോഗം എനിക്കുണ്ടായിരുന്നു. ബന്ധുക്കളുടെ, നാട്ടുകാരുടെ, സുഹൃത്തുക്കളുടെ, സഹപ്രവർത്തകരുടെ, അങ്ങനെ പലരും പല അവസരങ്ങളിലുമായി എന്റെ മനസ്സിന്റെ മർമ്മം നോക്കി കുത്തിയിട്ടുണ്ട്. ഞാനെന്റെ മർമ്മങ്ങളെല്ലാം കുത്ത് കൊള്ളാൻ പാകത്തിൽ അയച്ചിടുന്നതുകൊണ്ട് ഒന്നോ രണ്ടോ കുത്ത് കൊണ്ടാലും വലിയവേദന ഉണ്ടാകാറില്ല. കുത്തിയവൻ സന്തോഷിക്കുമ്പോൾ കൊണ്ടത് എനിക്കല്ല എന്നമട്ടിൽ കൂൾ ആയി ഞാനങ്ങട്ട് ചിരിച്ചുകൊണ്ടിരിക്കും.

എന്റെ സ്വന്തമായ ഒരേയൊരു ഹൃദയത്തിന് തകരാറുണ്ടെന്ന് മുന്നറിയിപ്പ് ലഭിച്ചപ്പോൾ അതിന്റെ മർമ്മം നോക്കിയിട്ട് മറ്റൊരാൾ കുത്തിയ സംഭവമാണിവിടെ അവതരിപ്പിക്കുന്നത്.

കഥ നടക്കുന്നത് വർഷങ്ങൾക്ക് മുൻപാണ്. കഥാപാത്രം എന്റെ സ്വന്തം അയൽവാസി ആയിരുന്ന ഒരു ദരിദ്രവാസിനിയാണ്. പുതിയതായി വാങ്ങിയ സ്ഥലത്ത്, പുതിയ വീടുവെച്ച് ഭർത്താവും മക്കളുമൊത്ത് താമസിക്കുമ്പോൾ എല്ലാവിധ സഹായ സഹകരണങ്ങളും ചെയ്തുതന്നവരാണ് ഈ അയൽവാസികൾ. ബന്ധുക്കളേക്കാൾ അടുപ്പം കാണിക്കുന്ന, അമിതമായ സഹായം ചെയ്തുതരുന്ന അയൽക്കാർ അദ്ധ്യാപകരായ ഞങ്ങൾക്ക് ആശ്വാസമായി മാറി.

നല്ല അയൽക്കാരുടെ കൂട്ടത്തിലുള്ള സ്ത്രീജനങ്ങൾ വീട്ടുജോലികളിൽ സഹായിക്കുകയും ഭക്ഷണം പങ്കുവെക്കുകയും ചിലനേരത്ത് എന്റെ മക്കളെ സംരക്ഷിക്കുകയും ചെയ്യുന്നത് പ്രതിഫലേച്ഛ

കൂടാതെയായിരുന്നു.

ഒരു കാര്യം അവരെപ്പോഴും പറയും,

"ഇങ്ങനെ സഹായം ചെയ്യുന്നത് ഈ നാട്ടിൽ ഞങ്ങൾ മാത്ര മാണ്. അതുകൊണ്ട് അയൽപക്കത്തെ മറ്റ് വീട്ടുകാരുമായിട്ട് ഒരുത രത്തിലും ബന്ധം പാടില്ല. അവരൊക്കെ അത്ര നല്ല ആളുകളല്ല."

"എന്നു വെച്ചാൽ?"

"അതുപിന്നെ ആണുങ്ങളൊക്കെ തട്ടിപ്പുകാരാണ്, പെണ്ണുങ്ങ ളൊക്കെ പിഴച്ചവരാണ്."

കടം വാങ്ങിയിട്ട് തിരിച്ച് കൊടുക്കാത്തവരുടെയും ഭർത്താവി നെ വഞ്ചിക്കുന്നവരുടെയും കഥകൾ എരിവും പുളിയും കലർത്തി യിട്ട് അവരെന്റെ മുന്നിൽ നിരത്തി.

ഇത്രയും കേട്ടതോടെ മറ്റുള്ള അയൽവീടുകൾ ഞങ്ങൾക്ക് അ ലർജിയായി മാറി.

അദ്ധ്യാപകരായ ഞങ്ങൾ വീട്പൂട്ടി സ്വന്തം മക്കളോടൊത്ത് സ് ക്കൂളിൽ പോകുമ്പോൾ താക്കോൽ ഏൽപ്പിക്കുന്നത് അയൽവാ സികളെയായിരുന്നു. സ്ക്കൂൾവിട്ട് ആദ്യം വരുന്നവർ താക്കോൽ വാങ്ങി വീടുതുറന്ന് ചായ ഉണ്ടാക്കി പിന്നീട് വരുന്നവരെ സ്വീകരി ക്കുന്ന ഏർപ്പാടായിരുന്നു അക്കാലത്ത് എന്റെ വീട്ടിലെ പതിവ്.

അങ്ങനെ സുന്ദര സുരഭിലമായി ജീവിതം മുന്നോട്ടുപോകുന്ന കാലത്താണ്, ഏതാനും മാസങ്ങൾക്കുശേഷം എന്റെ ഹൃദയത്തി നൊരു റിപ്പെയർ നടത്തണമെന്നുള്ള തീരുമാനം വന്നത്. ഹൃദയ ശസ്ത്രക്രിയ അപൂർവ്വമായിരുന്ന കാലത്ത് തിരുവനന്തപുരം ശ്രീ ചിത്ര ആശുപത്രിയിലെ പരിശോധനയിലാണ് ഇങ്ങനെയൊരു അ വസ്ഥ അറിയാനായത്. ശരീരത്തിന്റെ ഇതരഭാഗങ്ങളിൽ പലതരം 'ഓപ്പറേഷനുകൾ' വിവിധ ആശുപത്രികളിൽവെച്ച് നടത്തിയിട്ടു ണ്ടെങ്കിലും ഹൃദയത്തെ തൊട്ടുകളിക്കുന്നത് ആദ്യമായിട്ടാണ്. എ ല്ലാ അവയവങ്ങളും ഒരേ പ്രാധാന്യത്തോടെ കാണുന്ന ഞാൻ ഹൃ ദയത്തിനു മാത്രമായി പ്രാധാന്യമൊന്നും കൊടുത്തില്ല,

എന്റെ ബോധം കെടുത്തിക്കോട്ടെ,
ശരീരം തുറന്ന് ഹൃദയത്തെ കണ്ടുപിടിക്കട്ടെ,
രക്തത്തിന്റെ റൂട്ട് മാറ്റി ഹൃദയം തുറന്നോട്ടെ,
റിപ്പയർ ചെയ്തോട്ടെ,
തുറന്നത് അതേപടി അടച്ച് തുന്നിക്കെട്ടട്ടെ,

എല്ലാം ശരിയാക്കിക്കോട്ടെ.

"ഇതെല്ലാം നടത്തുന്നത് എന്റെ ശരീരത്തിലല്ല എന്ന് ചിന്തിച്ചാൽ ഒരു വേദനയും അറിയില്ല" എന്നാണ് അനുഭവങ്ങളിൽ നിന്നും പഠിച്ച പാഠം.

എന്നാൽ,

എന്നെ അറിയുന്നവരെല്ലാം ഇതൊരു മഹാസംഭവമായിട്ടാണ് കണക്കാക്കിയത്.

ഒരു ഞായറാഴ്ച ദിവസം, പതിനൊന്ന് മണിക്ക് പരിചയമില്ലാത്ത രണ്ടുപേർ വീട്ടിൽവന്നു, എൽ.ഐ.സി. ഏജന്റ് വേഷത്തിലുള്ള അദ്ധ്യാപക ദമ്പതികൾ. ഇൻഷുറൻസിൽ ചേർന്നാലുള്ള ഗുണഗണങ്ങളും വിവിധതരം പോളിസികളെകുറിച്ചുമുള്ള സ്റ്റഡീക്ലാസ്സ് നടത്തിക്കൊണ്ടിരിക്കെ എനിക്ക് ചെവി വേദനിക്കാൻ തുടങ്ങി.

എല്ലാം കേട്ടപ്പോൾ എന്റെ ഭർത്താവ് പറഞ്ഞു,

"നിങ്ങൾ രണ്ടുപേരും അദ്ധ്യാപകരായതുകൊണ്ട് മര്യാദക്ക് കുട്ടികളെ പഠിപ്പിച്ചാൽ കിട്ടുന്ന ശമ്പളം കൊണ്ട് ജീവിച്ചാൽ പോരെ? ഇതൊക്കെ തൊഴിലില്ലാത്ത ചെറുപ്പക്കാർക്ക് വിട്ടുകൊടുത്താൽ മതിയല്ലോ."

അതുകേട്ടതോടെ ബേഗുമെടുത്ത് ഇറങ്ങിപ്പോകുമ്പോൾ മുഖം കറുത്തില്ലേ, എന്ന് എനിക്കൊരു സംശയം.

ഉച്ചക്കുശേഷം,

നമ്മുടെ അയൽവാസിനി എന്റെ വീട്ടിലെ കിണറ്റിൽനിന്നും വെള്ളംകോരാൻ വരുന്നു. വേനൽക്കാലമായതിനാൽ അവരുടെ കിണറ്റിൽ ജലലഭ്യത പ്രതിസന്ധിയിലാണ്,,,

പതിവുപോലെ കൊച്ചു കൊച്ചു നുണപറച്ചിൽ കേൾക്കാനായി ഞാൻ കിണറ്റിൻകരയിൽ ഹാജരാവുന്നു. സമപ്രായക്കാരിയായ, 'ഹൌസ്‌വൈഫ് ആയ' അയൽവാസിനിക്ക് ആഴമുള്ള കിണറ്റിൽ നിന്ന് വെള്ളം കോരാൻ ധാരാളം സമയം വേണ്ടിവരും. അതിനിടയിൽ അവർ എന്റെ നേരെ ഒരു ചോദ്യം എറിഞ്ഞുതന്നു,

"ഇവിടെ രണ്ടുപേരെ ഞങ്ങൾ അയച്ചിരുന്നു; അവർ വന്നോ?"

"ആര്?"

"ഒരു ഭാര്യയും ഭർത്താവും; ഇൻഷുറൻസ് ഏജന്റ്മാരായ രണ്ട് സാറന്മാർ. നിങ്ങളുടെ പേരിൽ പോളിസി എടുത്തിട്ടുണ്ടാകുമല്ലോ, അതിന്റെ പണം കിട്ടിയാൽ അപ്പോഴെനിക്ക് കമ്മീഷൻ തരാൻ മാ

ഷോട് പറയണം.”

“ഞങ്ങൾ ചേർന്നിട്ടൊന്നുമില്ല.”

“അതെന്താ?”

“ജോലി കിട്ടിയ ഉടനെ ഞാനൊരു എൽ.ഐ.സി. യിൽ ചേർന്നതാണ്; അതുകൊണ്ട് പുതിയതായി ചേർന്നില്ല.”

“നമ്മുടെ വീട്ടിലാണ് ആദ്യം വന്നത്; അവരോട് നിങ്ങളുടെ പേരിൽ പുതിയതായി ഒരു പോളിസി എടുപ്പിക്കണം എന്ന് പ്രത്യേകം പറഞ്ഞ് ഇങ്ങോട്ട് അയച്ചു.”

അവർ പറഞ്ഞതൊന്നും എനിക്ക് മനസ്സിലായില്ല, ഞാൻ ചോദിച്ചു.

“അതെന്താ അങ്ങനെ പറയുന്നത്?”

“ഇൻഷൂറൻസ് ഏജന്റുമാരോട് എന്റെ വീട്ടിലെ ആള് പറഞ്ഞു, എനിക്കൊരു രോഗവും വരില്ല, പിന്നെ ഞാനിപ്പോഴൊന്നും ചാവുകയുമില്ല. പിന്നെ അടുത്തവീട്ടിൽ ഹാർട്ട് ഓപ്പറേഷൻ ചെയ്യാൻ പോകുന്ന ഒരു ടീച്ചറുണ്ട്. നിങ്ങൾപോയിട്ട് അവരെ വലിയൊരു തുകക്ക് ഇൻഷുറൻസിൽ ചേർക്കുണം” എന്ന്.

“അതെന്തിന്?”

കിണറ്റിൽനിന്നും വെള്ളം കോരി ഒഴിച്ചുകൊണ്ട് അവർ ഡയലോഗ് തുടരുകയാണ്.

“എന്നാലും ടീച്ചറേ, നിങ്ങൾക്ക് ഓപ്പറേഷൻ നടക്കുമ്പോൾ വല്ലതും സംഭവിച്ചാലോ? ഹാർട്ട് ഓപ്പറേഷൻ ചെയ്യുമ്പോൾ രക്ഷപ്പെടുക വളരേ പ്രയാസമാണ്. ഏട്ടന്റെ ഓഫീസിലെ സുപ്രണ്ടിന്റെ ഭാര്യക്ക് കേൻസറാണെന്ന് അറിഞ്ഞപ്പോൾ ഇൻഷൂറൻസിൽ ചേർന്നതുകൊണ്ട്, അവള് മരിച്ചപ്പോൾ കൊറേ പണം കിട്ടി. അയാളിപ്പോൾ രണ്ടാമത് കല്ല്യാണം കഴിഞ്ഞ് സുഖമായി ജീവിക്കുന്നു. അതുപോലെ നിങ്ങളുടെ പേരിൽ വലിയ തുകക്ക് ഇൻഷൂർ എടുത്താൽ ഭർത്താവായ മാഷിന് പെട്ടെന്ന് പണം കിട്ടുമ്പോൾ സുഖമായി ജീവിക്കാമല്ലോ, അപ്പോൾ നിങ്ങളില്ലെങ്കിലും അവർക്കതൊരു ലാഭമല്ലെ?”

എന്റെ തലമുതൽ കാലുവരെ എന്തോ ഒന്ന് ഉയർന്നുവരാൻ തുടങ്ങി...

അയൽവാസിനിക്ക് എന്റെ കാര്യത്തിൽ എന്തൊരു ശ്രദ്ധയാണ്.

******

ഹംസത്തിന്റെ വികൃതി

മോളി തോമസ് എന്ന അദ്ധ്യാപിക സ്ക്കൂൾ കോമ്പൗണ്ടിൽ കടന്നുവന്നാൽ എല്ലാവരും നിശ്ശബ്ദരാവും. സംസാരിക്കുന്നതും കളിക്കുന്നതും നടക്കുന്നതും എഴുതുന്നതും അങ്ങനെ എല്ലാം നിർത്തിവെച്ചിട്ട് രസതന്ത്രം ടീച്ചറായ അവരെ തന്ത്രത്തിൽ നിരീക്ഷിക്കുകയാണവരിൽ പലരും. ഒന്നിച്ച് ജനിച്ചു വളർന്നവരാണെങ്കിലും ജീവിതം കൊണ്ട് ജന്മശത്രുക്കളായ ഹൈസ്ക്കൂൾ ഹയർസെക്കന്ററി അദ്ധ്യാപകരെല്ലാം മോളി തോമസിനെ കാണുമ്പോൾ സ്വയം മറക്കുന്നു. അവർ പരിസരത്തുണ്ടെങ്കിൽ ഹൈസ്ക്കൂൾ അദ്ധ്യാപകൻ അറിയാതെ ഹയർസെക്കന്ററി അദ്ധ്യാപകന്റെ ചുമലിൽ കൈവെക്കും. ഹയർസെക്കന്ററി ടീച്ചർ ഹൈസ്ക്കൂൾ ടീച്ചറുടെ വാട്ടർബോട്ടിൽ തുറന്ന് വെള്ളം കുടിക്കും. ക്ലാസ്സിൽ ഭീകരാന്തരീക്ഷം സൃഷ്ടിച്ചതിനുശേഷം കണക്ക് പഠിപ്പിക്കുന്ന അദ്ധ്യാപകൻ പോലും ബോർഡിലെഴുതിയ കണക്ക് പൂർത്തിയാക്കാതെ മോളി തോമസിനെ നോക്കി നിൽക്കും.

മോളി തോമസ്...

പി.എസ്.സി. വഴി നിയമനം ലഭിച്ചപ്പോൾ കണ്ണൂരിലുള്ള ഞങ്ങളുടെ സ്ക്കൂളിൽ എത്തിച്ചേർന്ന കോട്ടയക്കാരി. അദ്ധ്യാപകർ മിസ്സ് ബ്യൂട്ടിഫുൾ എന്നും വിദ്യാർത്ഥികൾ ബ്യൂട്ടിഫുൾ മിസ്സ് എന്നും വിളിക്കുന്ന ഹയർസെക്കണ്ടറി വിഭാഗം കെമിസ്ട്രി സീനിയർ അദ്ധ്യാപികയാണവർ. 'എണ്ണനിറഞ്ഞ് കത്തുന്ന നിലവിളക്ക് പോലെ' ഒരു പ്രത്യേക സൗന്ദര്യമാണവർക്ക്, ഐശ്വര്യാറായിയെ പോലെ, ബാർബി ഗേളിനെപോലെ ആകർഷകം. എന്നാൽ വിദ്യാർത്ഥിനികളടക്കം എല്ലാ പെൺവർഗ്ഗത്തെയും ആകർഷിക്കുന്ന പ്രധാന ഘടകം മറ്റൊന്നാണ്. മുടി...

"മോനിഷയെ പോലെ മുടിയഴക്"...

ഹയർസെക്കന്ററി ക്ലാസ്സിന്റെ വരാന്തയിലൂടെ കൂടുതൽ വിദ്യാർത്ഥികൾ നടക്കുന്നുണ്ടെങ്കിൽ ഒരു കാര്യം ഉറപ്പിക്കാം... ക്ലാസ്സിനക

ത്ത് മോളി ടീച്ചറാണ്. അവരുടെ മുടി ഒളിഞ്ഞുനോക്കുന്നവരിൽ അദ്ധ്യാപകരും വിദ്യാർത്ഥികളും ഉണ്ട്; ഹൈസ്ക്കൂൾ, ഹയർസെക്കന്ററി വിഭാഗങ്ങളും ഉണ്ട്, സ്ത്രീകളും പുരുഷന്മാരും ഉണ്ട്. ലോകത്തുള്ള എല്ലാ പെൺവർഗ്ഗത്തെയും അസൂയപ്പെടുത്താനായി സ്വന്തം മുടിയഴക് കാണിക്കാൻ പനങ്കുലപോലെ നീട്ടിയിട്ട് അവരത് താഴ്ത്തിയിടും.

മോളി തോമസിന്റെ വരവോടെ +2 വിജയ ശതമാനം കുറയും എന്ന് ചില കുശുമ്പികൾ പറയുന്നുണ്ട്. അവർ പഠിപ്പിക്കുന്നതും അവരെ നോക്കി പഠിക്കുന്നതുമായ ക്ലാസ്സിലെ വിദ്യാർത്ഥികൾ പരീക്ഷാനേരത്ത് 'രസതന്ത്രത്തിലെ ഫോർമുലയ്ക്കു പകരം ടീച്ചറുടെ ഫോർമുലയെപറ്റി എഴുതാനാണ് സാധ്യത' എന്ന് അസൂയാലുക്കൾ പറയുന്നുണ്ട്. എല്ലാവരെയും അവഗണിച്ചുകൊണ്ട് അവിവാഹിതയായ അവരങ്ങനെ തിളങ്ങുന്ന സൗന്ദര്യവുമായി സ്ക്കൂളിൽ നിറഞ്ഞ് നിൽക്കുകയാണ്.

അധികമാരോടും സംസാരിക്കാത്ത മോളി ഞങ്ങളുടെ 'ഫിസിക്കൽ എഡ്യുക്കേഷൻ ടീച്ചർ' ചാക്കോ മാഷുമായി കൂടുതൽ സംസാരിക്കും. അതുപിന്നെ 'പള്ളീലെക്കാര്യം കർത്താവിനും അള്ളായ്ക്കും മാത്രം അറിയാവുന്നതായതിനാൽ' മറ്റുള്ളവർ ശ്രദ്ധിക്കാറില്ല. സ്ക്കൂളിന്റെ എല്ലാ മുക്കിലും മൂലയിലും യഥേഷ്ടം കടന്നു ചെല്ലാനുള്ള അനുവാദം അൻപത് കഴിഞ്ഞ ചാക്കോ മാഷിന് മാത്രം ഉള്ളതിനാൽ 'ഹയർസെക്കന്ററി വിഭാഗവും ഹൈസ്ക്കൂൾ വിഭാഗവും തമ്മിൽ വാർത്താവിതരണം' നടക്കുന്നത് അദ്ദേഹത്തിലൂടെയാണ്. അതിനാൽ മോളിയുടെ വിശേഷങ്ങൾ 'ഹൈസ്ക്കൂൾ സ്റ്റാഫ് റൂമിലെത്തുന്നത്' ചാക്കോ വഴിയാണ്.

അങ്ങനെ ഓണം വന്നു,,,

പതിവുപോലെ അവധിക്കാലത്ത് അന്യ ജില്ലക്കാരെല്ലാം നേരത്തെ വീട്ടിലേക്ക് യാത്രയായി; ഒപ്പം മോളി തോമസും. എന്നാൽ അവധി കഴിഞ്ഞ് പിന്നെയും മൂന്ന് ദിവസം കൂടി കഴിഞ്ഞ് ഒരു ചെറുപ്പക്കാരന്റെ കൂടെയാണ് മോളി ടീച്ചർ സ്ക്കൂളിൽ പ്രവേശിച്ചത്.

ഇതിനിടയിൽ സ്ക്കൂളിലുള്ളവരെ അറിയിക്കാതെ കക്ഷിയുടെ കല്ല്യാണം കഴിഞ്ഞുവോ?

വിവരം അറിയാനുള്ള ആകാംക്ഷകാരണം ഇരിപ്പുറക്കാത്ത ഹൈസ്ക്കൂൾ അദ്ധ്യാപകർ ചാക്കോമാസ്റ്ററെ ഹയർസെക്കന്ററി സ്റ്റാ

ഫ് റൂമിലേക്ക് തള്ളിയിറക്കി.

ചാക്കോമാസ്റ്റർ അരമണിക്കൂർ കഴിഞ്ഞ് തിരിച്ചുവന്നപ്പോൾ അതുവരെ ക്ലാസ്സിൽ പോകാതെ കാത്തിരുന്നവരെല്ലാം ചുറ്റുംകൂടി. കാര്യം ഊഹിച്ചത് പോലെതന്നെ; എന്നാൽ വിവാഹം കഴിഞ്ഞിട്ടില്ല എന്നുമാത്രം. കൂടെവന്ന സുന്ദരനായ പയ്യന്റെ പേര് ആന്റണി, ടീച്ചറുടെ ബന്ധുവാണ്, കളിക്കൂട്ടുകാരനാണ്, കല്ല്യാണം തീരുമാനിച്ചതാണ്. കൂട്ടത്തിൽ ഒരു വിവരം കൂടി മാസ്റ്റർ പറിഞ്ഞു. വിദ്യാഭ്യാസം കുറഞ്ഞ പണക്കാരനായ ആ ചെറുപ്പക്കാരനാണ് മോളി തോമസിനെ പഠിപ്പിച്ച് ടീച്ചറാക്കിയത്. ആ നല്ല ചെറുപ്പക്കാരൻ എല്ലാവരും നോക്കിനിൽക്കെ തിരിച്ചു പോകുമ്പോഴാണ് സ്കൂളിലുള്ള മുൻപരിചയക്കാരനെ കണ്ടത്. ഹൈസ്ക്കൂൾ ഇംഗ്ലീഷ് അദ്ധ്യാപകനായ ആലപ്പുഴക്കാരൻ എണ്ണക്കറുപ്പ് നിറമുള്ള രാമചന്ദ്രൻ നായർ. രാമചന്ദ്രനെ പ്രതിശ്രുതവധുവിന് പരിചയപ്പെടുത്തിയിട്ടാണ് ആന്റണി തിരിച്ചുപോയത്.

ക്രിസ്തുമസ് പരീക്ഷയും അവധിയും അടുക്കാറായി.

ഇതിനിടയിൽ നമ്മുടെ രാമചന്ദ്രൻ മാഷ് നാലുതവണ സ്ക്കൂൾ ചെലവിൽ സ്വന്തം വീട്ടിലേക്ക് പോയി. അതായത് സ്ക്കൂളിലെ ചില കാര്യങ്ങളുടെ കുരുക്കഴിച്ച് ശരിയാക്കാൻ തലസ്ഥാനത്ത് പോകുന്ന വ്യക്തി രാമചന്ദ്രൻ നായരാണ്. അദ്ദേഹം ഫയലുകളുമായി സെക്രട്ടേറിയറ്റ്, ഏജീസ് ഓഫീസ്, ഡിപിഐ ഓഫീസ്, ആദിയായവ കറങ്ങിയിട്ട് മടക്കം ഫയലുമായി വരുമ്പോൾ സ്വന്തം വീട്ടിലും കയറിയിറങ്ങും. അക്കാര്യം അറിയുന്ന മോളി ടീച്ചറുടെ നിർദ്ദേശപ്രകാരം കോട്ടയത്തുള്ള ആന്റണിയുടെ വീട്ടിലുമൊന്ന് കയറിയിട്ട് ഭാവിവരൻ ടീച്ചർക്ക് നൽകുന്ന സമ്മാനങ്ങളുമായാണ് രാമചന്ദ്രന്റെ തിരിച്ചുവരവ്. അങ്ങനെ മോളി+ആന്റണി അനുരാഗത്തിന് മൊബൈൽ കൂടാതെ രാമചന്ദ്രൻ എന്നൊരു ഹംസം കൂടി കടന്നുവന്നു. ഈ ഇടപാടിൽ ഹയർസെക്കന്ററി അദ്ധ്യാപകർക്ക് അമർഷം ഉണ്ടെങ്കിലും മോളിയുടെ കാര്യമായതിനാൽ മൗനം വിദ്വാന്മാർ ഭൂഷണമാക്കി. ക്യസ്തുമസ് പരീക്ഷ കഴിഞ്ഞതോടെ അവധി ആഘോഷിക്കാനായി എല്ലാവരും വീട്ടിലേക്ക് യാത്രതിരിച്ചു.

പുതുവർഷം പിറക്കുന്ന ഒന്നാം തീയതി.

ഉത്തരക്കടലാസ് കെട്ടുകളുമായി സ്ക്കൂളിലെത്തിയവരെ വരവേറ്റത് മോളി തോമസിന്റെ വിവാഹ വാർത്തയാണ്. എല്ലാവരെ

യും അത്ഭുതപ്പെടുത്തിയത് സ്ക്കൂളിലുള്ള ആരെയും, 'പ്രത്യേകിച്ച് ചാക്കോമാസ്റ്ററെ പോലും' കല്ല്യാണത്തിന് ക്ഷണിച്ചില്ല എന്നതാണ്. ടീച്ചർ എത്തിയിട്ടില്ല, കല്ല്യാണം കഴിഞ്ഞതുകൊണ്ട് അവധിയായിരിക്കാം. കൂടുതൽ വിവരം അറിയാൻ മോളിയും ആന്റണിയുമായി അടുപ്പമുള്ള രാമചന്ദ്രന്റെ വരവിനായി സഹപ്രവർത്തകർ കാത്തുനിന്നു.

എല്ലാവരും നോക്കിയിരിക്കെ രാമചന്ദ്രൻ മാസ്റ്റർ ഗെയ്റ്റുകടന്ന് വന്നു. പിന്നാലെ ചിരിക്കുന്ന മുഖവുമായി പൂർണ്ണചന്ദ്രനെപ്പോലെ കസവുസാരിയും ആഭരണങ്ങളും ധരിച്ച മോളിടീച്ചറെ കണ്ടപ്പോൾ സംശയവും ആശ്ചര്യവും ഇരട്ടിച്ചു. രണ്ടുപേരും നേരെ സ്ക്കൂൾ വരാന്തയിലേക്ക് നടന്നുവന്ന ശേഷം രാമചന്ദ്രൻ സഹപ്രവർത്തകരോടായി പറഞ്ഞു.

"ഒരാഴ്ച മുൻപ് എന്റെയും മോളിയുടെയും കല്ല്യാണം കഴിഞ്ഞു. ക്രിസ്തുമസ് അവധിക്ക് ഒന്നിച്ചുപോയ ഞങ്ങൾ രജിസ്റ്റർ മേരേജ് നടത്തി. ആരെയും ക്ഷണിക്കാൻ കഴിയാത്തതുകൊണ്ട് സ്ക്കൂളിലെ അദ്ധ്യാപകർക്കും ഓഫീസ് സ്റ്റാഫിനും ഞങ്ങളുടെ വക പാർട്ടി തരുന്നുണ്ട്."

എല്ലാവരും നോക്കിനിൽക്കെ മോളി തോമസ് ഹയർസെക്കന്ററി ക്ലാസ്സിലേക്കും രാമചന്ദ്രൻ നായർ ഹൈസ്ക്കൂൾ ക്ലാസ്സിലേക്കും പഠിപ്പിക്കാൻ പോയി.

******

വെള്ളമില്ലാതെ നീന്തുന്നവർ

എൽ.കെ.ജി. ക്ലാസ്സിൽ ചേർന്ന ആദ്യദിവസം അതിമഹത്തായ പ്രവേശനോത്സവം അടിച്ചുപൊളിക്കുന്ന നേരത്ത് അനിക്കുട്ടന് സങ്കടം സഹിക്കാനായില്ല. വീട്ടിലായിരിക്കുമ്പോൾ മമ്മിയോടൊപ്പം യുദ്ധവും സമാധാനവും നടത്തി അടിച്ചുപൊളിച്ചങ്ങനെ കളിക്കുന്ന നേരത്താണ് സ്ക്കൂൾ എന്നൊരു ജയിലിൽ എത്തിച്ചേർന്നത്. അകത്തേക്ക് പ്രവേശിച്ച അനിക്കുട്ടനെ എൽ.കെ.ജി. മിസ്സ് സ്വീകരിച്ചിരുത്തിയശേഷം മിന്നുന്ന കടലാസ്സിൽ പൊതിഞ്ഞ ചുവന്ന മിഠായി നൽകിയെങ്കിലും ആ സോപ്പിലൊന്നും അവൻ വീണില്ല,

"ഇച്ച് മഞ്ച് മതി"

"ഇപ്പോൾ ഇതുകൊണ്ട് അഡ്ജസ്റ്റ് ചെയ്യു, അനിക്കുട്ടാ."

ഒരഡ്ജസ്റ്റ്മെന്റിലും വീഴാത്തവനാണല്ലോ അനിക്കുട്ടൻ, അവൻ നാലാം നമ്പർ അടവെടുത്തു,

"ച്ച് വീട്ടീപോണം, മൂത്രോഴിക്കണം, ന്ച്ച് ഉക്കൂള് വേണ്ടായേ."

എൽ.കെ.ജി. മിസ്സ് ഞെട്ടിവിറച്ചു, ഒന്നാംദിവസം ക്ലാസ്സിലിരിക്കാതെ വീട്ടിൽപോയ കുട്ടി 'ടീസി' വാങ്ങി പോകത്തേയുള്ളു എന്ന് അവൾക്ക് നന്നായറിയാം.

അങ്ങനെയെങ്ങാനും അനിക്കുട്ടൻ പോയാൽ???

പിന്നാലെ പടപോലെ മറ്റുപിള്ളേരും ഓരോന്നായി സ്ഥലംവിടും. ഉള്ള ജോലി തെറിച്ചാൽ ടീച്ചറെന്ന് പറഞ്ഞ് ഭർതൃവീട്ടുകാരുടെ മുന്നിലെങ്ങനെ ഞെളിഞ്ഞിരിക്കും? ഹോ.

ഇവനെയൊന്ന് അഡ്ജസ്റ്റ് ചെയ്യാൻ, ഒരു മഞ്ച് കിട്ടാനെന്താ വഴി.

എൽ.കെ.ജി. മിസ്സ്, കൺഫ്യൂഷൻ തീരാതെ തെക്ക്, വടക്ക്, കിഴക്ക്, പടിഞ്ഞാറായി നടന്നുകൊണ്ടിരിക്കെ പെട്ടെന്നൊരു മഴപെയ്തു.

ചിന്നം പിന്നം ചെറുമഴ പെരുമഴ ചറപറാ മഴ മഴ.

ഹായ് മനസ്സിലൊരു മഞ്ച്പൊട്ടി, 'ട്രാപ്പ്'

"എന്റെ ഡീയറസ്റ്റ് മക്കളേ"

മക്കൾസെല്ലാം കലപിലക്കും കരച്ചിലിനും സഡൻബ്രേയിക്കിട്ടു, ഒപ്പം അനിക്കുട്ടനും. മിസ്സ് പതുക്കെ, സ്ലോമോഷനിൽ ചുറ്റിനടന്നിട്ട്, ക്ലാസ്സിന്റെ നടുസെൻട്രൽമധ്യത്തിൽ സ്റ്റാന്റപ്പായി തുറന്ന വാതിലിനുനേരെ വിരൽ ചൂണ്ടിയിട്ട് കുട്ടികളോട് പറഞ്ഞു.

“എല്ലാവരും അങ്ങോട്ട് നോക്കിയാട്ടെ. അവിടെ മഴ പെയ്യുന്നത് കണ്ടോ?”

“ന്ച്ച് മയപെയ്യിമ്പം പേടിയാവണ്.”

അനിക്കുട്ടന്റെ ഡയലോഗിനൊപ്പം വെളിയിൽ വന്ന കരച്ചിൽ കേട്ട് മറ്റുള്ള കുട്ടികൾസും കരയാൻ തുടങ്ങി. വെളുക്കാൻ തേച്ചത് ബ്ലേക്കായി മാറിയോ? എൽ.കെ.ജി. മിസ്സ് അടവൊന്ന് മാറ്റിച്ചവിട്ടി.

“മക്കളേ, ഈ മഴ ഇപ്പം പെയ്യുന്നതെന്തിനാന്നറിയോ?”

“ഇല്ല മിസ്സ്”

“എന്നാല് കേട്ടോ, ഇപ്പം മഴ പെയ്യുന്നത് നിങ്ങളെല്ലാം സ്ക്കൂളിൽ വന്ന സന്തോഷം കൊണ്ടാണ്, എന്തുകൊണ്ടാണ്?”

“സന്തോഷം കൊണ്ടാണ്.”

“മഴ പെയ്താൽ വെള്ളം കിട്ടും, വെള്ളത്തിന്റെ ഉപയോഗം നിങ്ങൾക്കറിയോ?”

കുട്ടികളാരും മിണ്ടാത്തതു കണ്ടപ്പോൾ മിസ്സ് തന്നെ ഉത്തരം പറഞ്ഞു.

“മഴ പെയ്താൽ നമുക്ക് വെള്ളം കിട്ടും, ആ വെള്ളം നമുക്ക് കുടിക്കാം, കുളിക്കാം, ഫുഡ് ഉണ്ടാക്കാം, പ്ലെയ്റ്റ് വാഷ്ചെയ്യാം, ഡ്രസ് വാഷ് ചെയ്യാം, പിന്നെ നമുക്ക് വെള്ളത്തിൽ നീന്താം വെള്ളത്തിന്റെ ഉപയോഗം?”

“നീന്താം.”

“നിച്ച് നീന്തണം ങ്ഹീ.”

അനിക്കുട്ടന്റെ വേറിട്ടൊരു ആവശ്യം കേട്ട മിസ്സ് ഞെട്ടി, വെയിലും മഴയും കൊള്ളാതെ കുഞ്ഞുങ്ങളെ പഠിപ്പിക്കണമെന്നാണ് നിയമം. അപ്പോൾ വെള്ളത്തിലിറങ്ങാതെ നീന്താൻ പഠിപ്പിക്കുന്ന സൂത്രം കണ്ടെത്തണം. ഒരു വഴി നോക്കട്ടെ,

“മക്കളെ നിങ്ങൾക്കാർക്കെങ്കിലും നീന്താനറിയോ?”

“അറിയില്ല മിസ്സ്”

“നിങ്ങളാരെങ്കിലും നീന്തുന്നത് കണ്ടിട്ടുണ്ടോ?”

“കണ്ടിട്ടുണ്ട് മിസ്സ്”

എല്ലാവരും കോറസ്സായി പറഞ്ഞതു കേട്ടപ്പോൾ മിസ്സിന്റെ മനസ്സിൽ വീണ്ടുമൊരു മഞ്ച് പൊട്ടി; ഹൊ, ആശ്വാസമായി, ഇന്നത്തെക്കുള്ള വക കിട്ടി.

"മക്കളെവിടെന്നാ നീന്തുന്നത് കണ്ടത്?"

"ടീവീല്"

മനസ്സിലെ മഞ്ചിന്റെ മധുരം മഴവെള്ളത്തിൽ ഒലിച്ചുപോയി. മിസ്സ് വീണ്ടും ചോദിച്ചു,

"ഹായ് ചിൽഡ്രൻസ്, ടീവീൽ അല്ലാതെ ശരിക്കും നീന്തുന്നത് കണ്ടിട്ടുണ്ടോ? അറ്റ്ലീസ്റ്റ് ഒരു കുളത്തിൽ അല്ലെങ്കിൽ റിവറിൽ, പിന്നെ സ്വിമ്മിംഗ് പൂളിൽ."

"നാന് നീന്തുന്നത് കണ്ടിട്ടുണ്ട്."

അനിക്കുട്ടൻ പറഞ്ഞത് കേട്ടപ്പോൾ മിസ്സിന്റെ മനസ്സിൽ മഞ്ചിനൊപ്പം മഴയും പെയ്തു,

"അനിക്കുട്ടൻ ആര് നീന്തുന്നതാണ് കണ്ടത്?"

"കുട്ടന്റെ ഡാഡീ"

ആകെ കൺഫ്യൂഷൻ, നീന്തൽ അറിയാവുന്ന രക്ഷിതാക്കളോ? അപ്പോൾ അനിക്കുട്ടൻ ഭാവിയിലൊരു നീന്തൽതാരമാവാൻ ഇടയുണ്ട്. കുട്ടന്റെ വീട്ടിൽ സ്വിമ്മിംഗ്പൂൾ ഉണ്ടാവും; ഭാഗ്യവാൻ.

"അനിക്കുട്ടന്റെ ഡാഡി നീന്തുന്നത് സ്വിമ്മിംഗ് പൂളിലാണൊ?"

"അതൊന്നും ന്ക്ക് അരീല്ല, ഡാഡീ വീട്ടിന്റെ ആത്ത്ന്നാ നീന്തുന്നത്."

മിസ്സിന്റെ മനസ്സിലെ ആശ്ചര്യം വെളിയിൽ ചാടി.

"വീട്ടിന്റ അകത്തുന്നോ? അവിടെ എങ്ങനെയാ വെള്ളം?."

"അയ്യോ ഈ മിസ്സിനൊന്നും അരിയില്ല. രാത്ത്രിയിൽ കുട്ടന്റെ മമ്മിയും ഡാഡിയും അടികൂടുമ്പോൾ മമ്മി വീട്ടുസാധനങ്ങളൊക്കെ എറിയും. അപ്പോൾ."

"അപ്പോൾ?"

"മമ്മീടെ ഏറുകൊണ്ടാൽ ഡാഡി നിലത്തുകിടന്ന് നീന്തുകയും ഒപ്പം ശർദ്ദിക്കയും ചെയ്യും."

അന്തംവിട്ട് കുന്തം വിഴുങ്ങിയതുപോലെ നിൽക്കുന്ന മിസ്സ്, തുറന്ന വായിലൂടെ ഏതാനും ഈച്ചകൾ അകത്തേക്ക് പോയതും അതിൽ കുറേയെണ്ണം വെളിയിലേക്ക് പോയതും അറിഞ്ഞതേയില്ല.

******

തുറക്കാത്ത കുപ്പിയിലെ മരുന്ന്

പ്രഭാത ഭക്ഷണമായ ചായയും ഇഡ്ഡ്‌ലിയും കഴിക്കുമ്പോൾ നാരായണൻ മാസ്റ്ററോട് ഭാര്യ പറഞ്ഞു.

"എനിക്ക് ചെറിയൊരു തലവേദന"

മാസ്റ്റർ ഞെട്ടി; അതോടെ കഴിച്ച ഭക്ഷണമെല്ലാം ദഹിച്ചുപോയി. അദ്ദേഹത്തിന്റെ റിട്ടയേർഡ് തലയിൽ പലതരം ചിന്തകൾ ഫ്ളാഷ് ചെയ്യാൻ തുടങ്ങി.

മാസ്റ്റർ ചിന്തിച്ചത് തന്നെക്കുറിച്ച് തന്നെയായിരുന്നു. അവൾ, നാരായണി കൂടെയില്ലെങ്കിൽ തനിക്കൊന്നും ചെയ്യാൻ കഴിയില്ല, എന്ന പരമസത്യം അദ്ദേഹത്തെ വേട്ടയാടാൻ തുടങ്ങി. ജോലിയിൽനിന്നും വിരമിച്ചപ്പോൾ അങ്ങനെയാണ്; ഒരു ചെറിയ പോറൽ കണ്ടാൽ ഉടനെ ചിന്തകൾ കാടുകയറും. പ്രായം കൂടുംതോറും ജീവിതസൗകര്യങ്ങൾ കുറയാതിരിക്കാൻ ശ്രദ്ധിക്കുന്നു. അവരുടെ ദാമ്പത്യവല്ലരി പൂത്തെങ്കിലും കായ്ക്കാത്തതു കൊണ്ട് 'നിനക്ക് ഞാനും എനിക്ക് നീയും' മാത്രമായി ജീവിക്കുന്നവരാണ് റിട്ടയേർഡ് അദ്ധ്യാപകരായ നാരായണി നാരായണന്മാർ.

"അപ്പോൾ ഇന്നുതന്നെ ഒരു ഡോക്റ്ററെ കാണാൻ പോകാം."

ടീച്ചറുടെ ചർമ്മം കണ്ടാൽ പ്രായം തോന്നാത്ത മുഖംനോക്കി മാസ്റ്റർ പറഞ്ഞു.

"ഓ അതൊന്നും വലിയ പ്രശ്നമല്ല; ഇതൊരു തലവേദനയല്ലേ. അതൊക്കെ തനിയെ മാറും."

"നിനക്ക് അങ്ങനെയൊക്കെ പറയാം. പിന്നെ രോഗം പരമാവധി കൂടിയാലാണോ ഡോക്റ്ററെ കാണേണ്ടത്? വേഗം വസ്ത്രം മാറി വരു; പെട്ടെന്നുതന്നെ ഡോക്ടറെ കാണാൻ പോകാം."

ഭർത്താവ് പറയുന്നത് ഭാര്യ അനുസരിക്കണം, അതാണല്ലോ നാട്ടുനടപ്പ്,,

നാട്ടിലാകെ പടർന്നുപിടിച്ച പനിയുടെ ആഘോഷം കഴിഞ്ഞതു കൊണ്ടായിരിക്കാം; ഡോക്ടറുടെ ക്ലിനിക്കിൽ വലിയ തിരക്കി

ല്ല. അതുകൊണ്ട് പുതിയ ഇരയെ കിട്ടിയ സന്തോഷത്തോടെ ഡോക്റ്റർ വിശദമായി പരിശോധിച്ചു. പിന്നീട് മെഡിക്കൽ ഷാപ്പുകാർക്ക് മാത്രം മനസ്സിലാവുന്ന ഭാഷയിൽ വരച്ചിട്ടശേഷം കടലാസ് കൈയിൽ കൊടുത്തിട്ട് പറഞ്ഞു,

"ഇത് കഴിച്ചാൽ മതി. കുഴപ്പമൊന്നും ഇല്ല; ഒരു സിറപ്പ് മാത്രമാണ്."

പണം എണ്ണിക്കൊടുത്ത് പുറത്തിറങ്ങിയിട്ട് അവർ അടുത്തുള്ള മെഡിക്കൽഷോപ്പിൽ നിന്നും മരുന്നുവാങ്ങി. വീട്ടിലെത്തിയപ്പോൾ സന്തോഷവതിയായി കാണപ്പെട്ട നാരായണി ടീച്ചർ പറഞ്ഞു,

"ഇപ്പോഴെന്റെ തലവേദന വളരെ കുറഞ്ഞു."

"അപ്പോൾ ഡോക്റ്ററെ കണ്ടാൽ മാറുന്ന തലവേദന ആയിരിക്കും. പിന്നെ ആ മരുന്ന് കഴിക്കാൻ മറക്കേണ്ട. ഉച്ചഭക്ഷണം കഴിഞ്ഞ ഉടനെ ഒരു സ്പൂൺ കുടിച്ചാൽ മതി; മറന്നുപോകരുത്."

"അതെങ്ങനെ മറക്കാനാണ്?"

അങ്ങനെ പറഞ്ഞുകൊണ്ട് ടീച്ചർ അടുക്കളയുടെ ലോകത്തിലേക്ക് കടന്നു. അതോടെ തലവേദനയെ പൂർണ്ണമായി മറന്നു.

ഉച്ചയുറക്കവും ഈവിനിങ്ങ് വാക്കും കഴിഞ്ഞ് നാരായണൻ മാസ്റ്റർ വീട്ടിൽ വന്നപ്പോൾ ടീച്ചർക്ക് വീണ്ടും തലവേദന തുടങ്ങി. മാസ്റ്റർ സംശയം ചോദിച്ചു,

"നീയാ മരുന്ന് കഴിച്ചില്ലേ? എങ്ങനെയുണ്ട്?"

ടീച്ചർ ഞെട്ടി, മരുന്നിന്റെ കാര്യം ഇപ്പോൾ മാത്രമാണ് ഓർക്കുന്നത്, കഴിച്ചില്ലെന്ന് പറഞ്ഞാൽ വഴക്കുപറയുന്നത് കേൾക്കാൻ വയ്യ; അപ്പോൾ.

"ഞാനതിൽനിന്നും ഒരു സ്പൂൺ കുടിച്ചു, വല്ലാത്ത കയ്പ്."

"രാത്രിയിലും കഴിച്ചാൽ തലവേദന കുറയും."

രാത്രിഭക്ഷണം കഴിഞ്ഞപ്പോൾ നാരായണി ടീച്ചർ സിറപ്പിന്റെ കുപ്പി എടുത്ത് നന്നായിട്ടൊന്ന് കുലുക്കിയിട്ട് തുറക്കാൻ തുടങ്ങി. എത്ര ശ്രമിച്ചിട്ടും അതിന്റെ അടപ്പ് ഊരാൻ കഴിഞ്ഞില്ല. പതിവുപോലെ തന്നാൽ കഴിയാത്ത കാര്യം ഭർത്താവിനെ ഏല്പിച്ചശേഷം പറഞ്ഞു,

"മാഷെ, ഈ മരുന്നിന്റെ അടപ്പൊന്ന് തുറന്നു താ; ഞാനെത്ര ശ്രമിച്ചിട്ടും ഊരാൻ കഴിയുന്നില്ല."

കുപ്പി വാങ്ങിയശേഷം മാസ്റ്ററുടെ ചോദ്യം കേട്ട് നാരായണി ടീ

ച്ചർ ഞെട്ടി,

“ടീച്ചറേ, നേരത്തെ തുറക്കാത്ത കുപ്പിയിലെ മരുന്ന് കുടിച്ചപ്പോഴാണോ കയ്പായത്?”

******

സ്ത്രീകൾക്കുള്ള ഇടം

ബസ്സിൽനിന്നും ഇറങ്ങുന്നതിനു മുൻപെ തുടങ്ങിയതാണ് ആ കെയൊരു വീർപ്പുമുട്ടൽ. വീട്ടിൽ നിന്നിറങ്ങിയാൽ തിരിച്ചെത്തുന്നതു വരെ എല്ലായിനം വികാരങ്ങളും വിചാരങ്ങളും അടക്കിവെച്ച് പരിസരത്തെക്കുറിച്ച് ശ്രദ്ധാലുവാകേണ്ടവളാണല്ലോ സ്ത്രീജന്മം എന്ന പുണ്യജന്മം. അടുത്തിരിക്കുന്ന അനുജത്തിയുടെ ചെവിയിൽ ഞാൻ പതുക്കെ പറഞ്ഞു,

"നമ്മൾക്ക് ബസ്സ്റ്റാന്റിൽ ഇറങ്ങിയാൽ മതി."

"അതെന്തിനാ ഏച്ചീ... അതിനും മുൻപത്തെ സ്റ്റോപ്പിലല്ലേ നമുക്ക് പോകേണ്ട ബേങ്ക്."

"അത്, എനിക്കൊരു ശങ്ക,, ഒന്നിനുപോണം,, ബസ്സ്റ്റാന്റിലുള്ള യൂറിനലിൽ പോകാമല്ലോ."

"ഓ, ഈ പെണ്ണായവരുടെ ഓരോ ഗതികേട്."

"അതെന്താ ആണുങ്ങളൊന്നും ശൂ വെക്കാറില്ലേ?"

"അവർക്കൊക്കെ എപ്പോൾ വേണമെങ്കിലും എവിടെയായാലും സംഗതി നടത്താമല്ലോ."

"ഓ അതൊക്കെ പറഞ്ഞിട്ടെന്ത് കാര്യം?"

"വീട്ടിന്ന് ഇറങ്ങുമ്പോഴെ ഞാൻ പറഞ്ഞതാണ്, ബാത്ത്റൂമിൽ പോയിട്ട് സംഗതിയൊക്കെ തീർക്കണമെന്ന്."

"നീ തിരക്കുകൂട്ടിയപ്പോൾ ഞാനതൊക്കെ മറന്നു, ഇനി ബസ്സ്റ്റാന്റിൽ ഇറങ്ങിയിട്ട് പോകാം."

പണ്ടത്തെ മുനിസിപ്പൽ ബസ്സ്റ്റാന്റ് കോർപ്പറേഷൻ ആയി മാറിയിട്ടും പഴയതെല്ലാം പഴയപടിതന്നെ. ഞങ്ങൾ ബസ്സിൽനിന്നും ഇറങ്ങിയിട്ട് നേരെ മൂത്രപ്പുരയുടെ ഭാഗത്തേക്ക് നടന്നു. അടുത്തെത്തിയപ്പോൾ പഴയ മുറികളൊക്കെ 'പുരുഷന്മാർക്ക് മാത്രം' എന്ന് എഴുതിവെച്ചിരിക്കുന്നു! അപ്പോൾ സ്ത്രീകൾക്ക് അങ്ങനെയുള്ള ഇടമൊന്നും ഇല്ലേ? കേരളത്തിലെ സ്ത്രീ സൗഹൃദം കടലാസിൽ മാത്രമാണോ?

ആരോട് ചോദിക്കും എന്ന് ചിന്തിക്കുമ്പോഴാണ്, സമീപത്താ

യി യൂനിഫോം അണിഞ്ഞ ബസ് തൊഴിലാളിയെ കണ്ടത്. ആവശ്യക്കാരിക്ക് ഒരുകാലത്തും ഔചിത്യം ഉണ്ടാവില്ലല്ലോ. ഞാൻ അയാളോട് ചോദിച്ചു,

"ഇവിടെ സ്ത്രീകൾക്ക് പോകാനുള്ള ഇടമൊന്നും ഇല്ലേ?"

ഞാൻ പറയുന്നത് കേട്ടതായി നടിച്ചില്ലെങ്കിലും അകലെയുള്ള ഒറ്റപ്പെട്ട ഒരുമുറി കെട്ടിടം അയാൾ ചൂണ്ടിക്കാണിച്ചു. അവിടെ എഴുതിയത് ദൂരെനിന്നും വായിക്കാം,, 'സ്ത്രീകളുടെ മൂത്രപ്പുര'. അടിവയറ്റിൽ പിടിച്ചുകൊണ്ട് അങ്ങോട്ടേക്ക് ഓടി അകത്തേക്കു കാൽ വെച്ച ഞാൻ പെട്ടെന്ന് ഞെട്ടി.

ഒരു പട്ടി കുരച്ചുകൊണ്ട് ഓടിവരുന്നു, പിന്നാലെ നാല് കുഞ്ഞുങ്ങളും.

പ്രസവിച്ച് കുഞ്ഞുങ്ങളോടൊപ്പമുള്ള പട്ടിക്ക് വീര്യം കൂടുമല്ലോ,, കടി കൊള്ളുന്നതിനുമുൻപെ ഞാൻ രക്ഷപ്പെട്ടു. സ്ത്രീകളുടെ മൂത്രപ്പുര കൈയേറിയത് പട്ടിയാണെങ്കിലും പെണ്ണാണല്ലോ, അതാണ് ആകെയൊരു ആശ്വാസം.

ബസ്സ്റ്റാന്റിൽ നിന്നും റോഡിലിറങ്ങിയിട്ട് ഞങ്ങൾ വലിയൊരു ഹോട്ടലിലേക്ക് കടന്നു. ആധുനിക സൗകര്യമുള്ള ഹോട്ടലിൽ ഒന്നിനും രണ്ടിനുമൊക്കെ സൗകര്യം ഉണ്ടാവുമല്ലോ,, ചായക്ക് ഓർഡർ നൽകിയിട്ട് അനുജത്തിയോട് അവിടെ ഇരിക്കാൻ പറഞ്ഞ ശേഷം ഞാൻ നേരെ വാഷ്ബെയ്സിനു സമീപം പോയിട്ട് ചുറ്റും നോക്കി. അവിടെ മറ്റൊരുഭാഗത്ത് വാതിലിനു മുകളിൽ ഒരിടത്ത് 'പുരുഷന്മാർ' എന്നും മറ്റൊരിടത്ത് 'സ്ത്രീകൾ' എന്നും എഴുതിവെച്ച മൂത്രപ്പുരകൾ കാണപ്പെട്ടു. സ്ത്രീകൾക്കുള്ള ഇടം നോക്കിയിട്ട് അങ്ങോട്ട് കയറാൻ തുടങ്ങുമ്പോൾ ഏറ്റവും മുകളിൽ എഴുതിയത് ഞാൻ വായിച്ചു,

"നിങ്ങൾ ക്യാമറയുടെ നിരീക്ഷണത്തിലാണ്."

അതോടെ എന്റെ വിശപ്പും ദാഹവും അടക്കം എല്ലാ ശങ്കകളും അപ്രത്യക്ഷമായി. ഒന്നിനു പോകുമ്പോൾ മുറിക്കകത്ത് ക്യാമറ ഇല്ലെന്ന് ഞാനെങ്ങനെ ഉറപ്പുവരുത്തും? ചായ കുടിക്കാതെ അനുജത്തിയെയും പിടിച്ചുവലിച്ച് ഹോട്ടലിൽ നിന്നും ഇറങ്ങുമ്പോൾ അവൾ മാത്രമല്ല ഹോട്ടലിലുള്ള ആരൊക്കെയോ എന്തൊക്കെയോ ചോദിക്കുന്നുണ്ടായിരുന്നു.

******

ഫൈവ് സ്റ്റാർ വില്ല

"ഹലോ, ഹലോ."

"ഹലോ, ആരിത്? എടാ നീയെന്താ ഈ നേരത്ത് വിളിക്കുന്നത്?"

"ഞാൻ തന്നെ, എടി നീയെന്താ ഫോണെടുക്കാൻ ലെയിറ്റായത്?"

"മുത്തെ,, ഞാനിപ്പോൾ ബാത്ത്റൂമിൽ ആയിരുന്നു."

"എന്നാലും, ഞാനെത്ര ടെൻഷനടിച്ച് മോളെ,, നീയെന്താ ഇങ്ങനെ?"

"അത്, ഇന്നുരാവിലെ എഴുന്നേറ്റപ്പം എന്റെ ബാത്ത്റൂമിലെ സോളാർ ഹോട്ട്വാട്ടർ ഷവറിനെന്തോ ട്രബിൾ. അതുകൊണ്ട് മമ്മിയുടെ ബാത്ത്റൂമിലെ ഷവറിലാ കുളിച്ചത്. അതുകൊണ്ടാ കോൾ അറ്റന്റ് ചെയ്യാൻ ലെയിറ്റായത്, സോറി ഡാ!"

"നിന്റെയൊരു സോറി,, എട്ടുമണിയായിട്ടാണോ ഉണരുന്നത്?"

"എട്ടു മണിക്കോ, കൃത്യം നാലുമണിക്ക് മമ്മിയെന്നെ ഉണർത്തും; എന്നിട്ട് ടെറസ്സിൽ കയറിയിട്ട് രണ്ട് മണിക്കൂർ യോഗ ചെയ്യും. പിന്നെ ഒരു മണിക്കൂർ പൂജാമുറിയിലിരുന്ന് സാധകം ചെയ്യും; സംഗീതം എന്റെയൊരു വീക്ക്നസ് ആണ്. അതിനുശേഷം കുളിയൊക്കെ കഴിഞ്ഞിട്ടാണ് ബ്രെയ്ക്ക്ഫാസ്റ്റ്."

"അപ്പോൾ ബ്രെയ്ക്ക്ഫാസ്റ്റ് കഴിഞ്ഞോ?"

"ഇല്ലെടാ,, അതിനാണെങ്കിൽ നൂഡിൽസും ബർഗറും സോസും മസ്റ്റാണ്."

"നിന്റെയൊരു ഭാഗ്യം, വീട്ടിലിപ്പോൾ ആരാണുള്ളത്?"

"ഇവിടെ ഞാനൊറ്റക്കാണ്."

"മറ്റുള്ളവരൊക്കെ?"

"റൂമിലെ ഏസി കേടായപ്പോൾ പപ്പയും കെട്ട്യോളും ഇന്നലെ തന്നെ ഫ്ളാറ്റിലേക്ക് മാറി. അഞ്ചാറ് ഫ്ളാറ്റും രണ്ട് വില്ലയും ഉള്ളതുകൊണ്ട് എവിടെ, എപ്പോൾ വേണമെങ്കിലും താമസം മാറ്റാമ

ല്ലോ. പിന്നെ, നിന്നോട് മാത്രമായൊരു കാര്യം പറയട്ടെ, ടൗണിൽ പുതിയതായി വാങ്ങിയ ഫൈവ്സ്റ്റാർ വില്ലയിലേക്ക് ഞങ്ങളെല്ലാ വരും താമസം മാറ്റുന്നുണ്ട്."

"ചക്കരേ, നീയിപ്പോൾ ഒറ്റക്കാണല്ലേ."

"അതേടാ, ഞാനിവിടെ തനിച്ചാ, എന്താ, നീയിങ്ങോട്ട് വരുന്നോ?"

"വരണമെന്നുണ്ട്. ഉച്ചക്കത്തെ ഫുഡ് നിന്റെ വീട്ടിന്ന് ആയാലോ, എന്നൊരു ആശ."

"അതു വേണ്ടെടാ, മമ്മി ഫ്ളാറ്റിലേക്ക് പോയതിനാൽ കുറച്ച് ബ്രഡും ജാമും മാത്രമേ ഫ്രിഡ്ജിലുള്ളൂ. എനിക്കാണെങ്കിൽ കിച്ചൺ കാണുന്നതേ അറപ്പാ. അതുകൊണ്ട് ടൗണിലെ സ്റ്റാർ ഹോട്ടലിൽ നിന്നായിരിക്കും ഇന്നത്തെ ഡിന്നർ. എനിക്കാണെങ്കിൽ ഹെവി ആയിട്ടുതന്നെ ഫുഡ് കഴിക്കണം."

"എന്നാല് നീയെവിടെയാ ഉണ്ടാവുക? ഞാനങ്ങോട്ട് വരാം."

"അതിപ്പം കുഴപ്പമായല്ലോ ചെക്കാ."

"എന്ത് കുഴപ്പം?"

"വീട്ടിലുള്ള ബി.എം.ഡബ്ലിയു. തന്തപ്പടി കൊണ്ടുപോയി. സാരമില്ല, ഇന്നോവ പുതിയതൊന്നുണ്ട്; അതില് ഞാൻ വരാം."

"ശരി, നീയേത് ഹോട്ടലിലേക്കാ? ഞാനങ്ങോട്ട് വരാം."

"ഡാ, നീയിപ്പോൾ എവിടെയാ ഉള്ളത്?."

"ഞാനിപ്പോൾ നിന്റെ വീടിന്റെ മുന്നിലുള്ള റോഡിന്റെ എതിർ വശത്തെ വെയിറ്റിംഗ് ഷെൽട്ടറിലുണ്ട്."

"ഏ, അതെവിടെയാടാ?."

"എടീ മോളെ, ഇവിടെന്ന് കാണുന്ന ഷീറ്റും തകരവും മറച്ച കൂരയല്ലേ നിന്റെ ഫൈവ് സ്റ്റാർ വില്ല?"

"അയ്യോ, അത്?"

"നിന്റെ വീടൊക്കെ കണ്ടുപിടിച്ചിട്ടാ ഞാനിങ്ങോട്ട് വന്നത്, അപ്പം നീയെന്നാ പറഞ്ഞത്, ബർഗറും സോസും മസ്റ്റാണ്; അതൊക്കെ എന്താണെന്നറിയോ? പഴങ്കഞ്ഞി കുടിക്കുന്നവളേ."

"അതൊരു കൊതികൊണ്ട്."

"ഇന്നോവ തൊട്ടടുത്ത മുതലാളിയുടെ മുറ്റത്തേത് ആയിരിക്കും. പിന്നെ ഷവറാണെങ്കിൽ മഴപെയ്യുമ്പോൾ വീടിനകത്താകെ കാ

ണുമല്ലോ.”

“അത് ചേട്ടാ.”

“ഫ്ളാറ്റിലാണെന്നു നീപറഞ്ഞ നിന്റെയാ തന്തപ്പടിയില്ലേ, അയാള് വെള്ളമടിച്ച് റോഡരികിലെ പെട്ടിക്കടയിലുള്ളവരെ ചീത്ത പറയുന്നുണ്ട്. അയാൾക്കിപ്പം അടിവീഴും.”

“ഇയാൾക്കിന്ന് പണിയൊന്നും ഇല്ലെ?”

“പണിയൊന്നും ഇല്ലാത്തതുകൊണ്ടല്ലെ നിന്നെപ്പോലൊരുത്തിയെ വിളക്കാൻ വന്നത്.”

“അപ്പോൾ ഏസി മെക്കാനിക്കെന്ന് പറഞ്ഞിട്ട്?”

“ഞാനിപ്പം മെക്കാനിക്ക് തന്നെയാ, അതുകൊണ്ടല്ലെ ഫ്ളാറ്റിലേക്ക് താമസം മാറ്റിയ നിന്റെ തള്ള മുറ്റത്തുനിന്ന് വിറകൊടിക്കുന്നത് കാണാനിടയായത്.”

“എന്നോട് നീയും കള്ളം പറഞ്ഞില്ലേ?”

“എന്നെക്കാൾ വലിയ കള്ളം നീയല്ലേ പറഞ്ഞത്. എന്നാലും ഞാൻ ചോദിക്കുകയാ, തകരംകൊണ്ട് മറച്ച്, നീലഷീറ്റ് പൊതിഞ്ഞിട്ടുള്ള ടെറസ്സിൽ കയറിയിട്ട് നിയെങ്ങനെയാടീ യോഗ ചെയ്യുന്നത്? നിന്റെ ഫൈവ് സ്റ്റാർ വില്ലയിലേക്ക് ഞാൻ വരുന്നുണ്ട്.”

******

വിരമിക്കാൻ നേരത്ത്

സമയം വൈകുന്തോറും അദ്ധ്യാപകരുടെ വിശപ്പ് ഇരട്ടിക്കാൻ തുടങ്ങി. വീട്ടിൽനിന്ന് കൊണ്ടുവന്ന ഉണക്കച്ചോറും ചമ്മന്തിയും നിറച്ച ലഞ്ച്ബോക്സ് തുറന്നുനോക്കാത്തവരുടെ കാര്യം പറയുകയേ വേണ്ട. ഉച്ചക്കുശേഷം ബിരിയാണി കിട്ടുമെന്ന് ഉറപ്പായാൽ അതിനുമുൻപ് ചോറ് തിന്നാൻ ആർക്കാണ് തോന്നുക.

അതിരാവിലെ ഹോട്ടലിൽ നിന്നും ഉണ്ടാക്കിയ ബിരിയാണിയായിരിക്കും ആവശ്യക്കാരുടെ മുന്നിൽ ഉച്ചനേരത്ത് ചൂടോടെ എത്തിക്കുന്നതെന്ന് തിന്നുന്നവർ ചിന്തിക്കാനിടയില്ല. മസാലയുടെയും ചിക്കന്റെയും നെയ്യുടെയും ഗന്ധം മൂക്കിൽ കടക്കുമ്പോൾ പലരും വിചാരിക്കുന്നത്, 'അരമണിക്കൂർ മുൻപേ കൊലപാതകം നടത്തി തോല്പൊളിച്ച കോഴിയുടെ മാംസം വേവിച്ച് പത്തുമിനിട്ട് മുൻപ് പാകപ്പെടുത്തിയ അരിയും മസാലയും മിക്സ് ചെയ്ത് നിർമ്മിച്ചതാണ്' എന്നായിരിക്കും.

തൊട്ടടുത്ത ഹോട്ടലിൽ ഓർഡർ ചെയ്ത ഇരുപത്തി എട്ട് പാക്കറ്റ് ബിരിയാണിയും അച്ചാറും തൈരും കടലാസ് പ്ലേയിറ്റും സ്ക്കൂളിൽ എത്തിച്ചത് കൃത്യം രണ്ടുമണി കഴിഞ്ഞ് പത്ത് മിനിട്ട് ആയപ്പോഴാണ്. പെട്ടെന്ന് സ്റ്റാഫ് സെക്രട്ടറി ഓടിവന്ന് ഹോട്ടൽ തൊഴിലാളിയോട് തട്ടിക്കയറി,

"നിങ്ങളോട് മൂന്ന് മണിക്കല്ലേ കൊണ്ടുവരാൻ പറഞ്ഞത്; എന്തിനാ നേരത്തേ കൊണ്ടുവന്നത്?"

"മാഷേ, മൂന്ന് മണിക്കായാലും ഇതേ ബിരിയാണി തന്നെയല്ലെ കൊണ്ടുവരേണ്ടത്. അതുപിന്നെ അവിടെ ആയാലും ഇവിടെ ആയാലും സംഗതി ഒന്നുതന്നെയല്ലേ?"

മുതലാളി കൊടുത്ത ബില്ല് വായിച്ചശേഷം ബാഗിൽനിന്ന് അഞ്ഞൂറ് രൂപ കൊടുത്തിട്ട് പറഞ്ഞു.

"ഭക്ഷണം കഴിച്ചതിനു ശേഷമല്ലേ പണം തരേണ്ടത്; ഇപ്പം ഇതിരിക്കട്ടെ, ബാക്കി ഹോട്ടലിൽ വന്ന് നേരിട്ട് കൊടുത്തുകൊള്ളും."

ബിരിയാണി പാക്കറ്റുകൾ എണ്ണിനോക്കിയിട്ട് സ്റ്റാഫ്റൂമിലെ മേശപ്പുറത്ത് അടുക്കിവെക്കുന്നത് കണ്ടപ്പോൾ ഗണിതശാസ്ത്രം പറഞ്ഞു,

"ഏതായാലും നമ്മൾ പണം കൊടുത്ത് നമുക്കുതന്നെ തിന്നാൻ വാങ്ങിയതാണ്, അവിടെ വെക്കുന്നതിന് പകരം ഇങ്ങോട്ട് തന്നാൽ ബാഗിൽ വെക്കാമല്ലോ."

ഗണിതത്തെ തറപ്പിച്ചൊന്ന് നോക്കിയശേഷം സ്റ്റാഫ് സെക്രട്ടറി പറഞ്ഞു.

"എടാ നിനക്കൊക്കെ തിന്നണം എന്ന ഒരൊറ്റ വിചാരേ ഉള്ളൂ, നമ്മുടെ എച്ച്.എം. റിട്ടയറാവുന്ന ഇന്നെങ്കിലും നിനക്ക് മറ്റുള്ളവരുടെ ഒപ്പം ഇരുന്ന് തിന്നുകൂടെ?"

അവിടെ ഇരിക്കുന്ന എല്ലാവർക്കും കണക്ക് മാഷിന്റെ അഭിപ്രായം തന്നെയാണെന്ന് സ്റ്റാഫ് സെക്രട്ടറി ജോസ് എന്ന മലയാളം അദ്ധ്യാപകന് നന്നായി അറിയാമെങ്കിലും അക്കാര്യം അറിയാത്ത മട്ടിൽ നേരെ സ്ക്കൂൾ ഓഫിസിനുനേരെ നടന്നു.

ഓഫീസ്റൂമിന്റെ പിന്നിൽ ഇടതുവശത്തുള്ള ക്യാബിനിൽ ഇരിക്കുന്ന ഹെഡ്മിസ്ട്രസ്സ് മുന്നിലിരിക്കുന്ന കമ്പ്യൂട്ടറിൽ നോക്കിക്കൊണ്ട് മൊബൈലിൽ ആരോടോ സംസാരിക്കുകയാണ്. സ്ക്കൂൾ മുഴുവൻ കേൾക്കാവുന്ന രീതിയിൽ സംസാരിക്കാൻ കഴിയുന്ന നമ്മുടെ ഹെഡ്ടീച്ചർ മൊബൈലിൽ സംസാരിക്കുമ്പോൾ തൊട്ടടുത്തിരിക്കുന്നവർപോലും ഒരക്ഷരവും കേൾക്കില്ല.

സംഭാഷണം കഴിഞ്ഞപ്പോൾ അകത്തേക്കുവന്ന സ്റ്റാഫ് സെക്രട്ടറി ടീച്ചറോട് പറഞ്ഞു.

"മാഡം, ഭക്ഷണം കൊണ്ടുവന്നിട്ടുണ്ട്; മൂന്ന് മണിക്ക് ഭക്ഷണം കഴിച്ചിട്ട് നാല് മണിക്ക് മീറ്റിംഗ് നടത്തിക്കൂടേ?"

"അയ്യോ വേണ്ട, ആയിട്ടില്ല."

വിളറിയ മുഖത്തോടെ ഹെഡ്മിസ്ട്രസ്സ് പറഞ്ഞതുകേട്ട് അദ്ദേഹം ഞെട്ടി.

"വലിയ പാർട്ടിയൊന്നും വേണ്ടെന്ന് പറഞ്ഞതു കൊണ്ടാണ് നമ്മൾ വെറും ബിരിയാണിയിൽ ഒപ്പിച്ചത്. അത് നേരത്തെ കഴിച്ചാലെന്താണ് തെറ്റ്?"

"മാർച്ച് മുപ്പത്തിഒന്ന് വരെ ഈ ഹൈസ്ക്കൂളിലെ പ്രധാന അദ്ധ്യാപികയാണ് ഞാൻ. അത് കഴിഞ്ഞിട്ടു മാത്രം പാർട്ടി നടത്തി

യാൽ മതിയെന്ന് അന്നേ ഞാൻ പറഞ്ഞതാണല്ലോ. പിന്നെ ഇന്ന് നടത്തുകയാണെങ്കിൽ വൈകുന്നേരം മതിയെന്നും പറഞ്ഞതാണ ല്ലോ."

"അതിപ്പം പരീക്ഷയെല്ലാം കഴിഞ്ഞതുകൊണ്ട് ബെല്ലടിച്ച് വി ടാനായി സ്ക്കൂളിൽ കുട്ടികളൊന്നും ഇല്ലല്ലോ; അപ്പോൾ സെന്റോ
ഫ
അല്പം നേരത്തെ ആയാലെന്താണ് പ്രശ്നം? നാളെയാവുമ്പോൾ നാട്ടിൽ പോകുന്നവർക്ക് പങ്കെടുക്കാനാവില്ലല്ലോ."

"നിനക്ക് പ്രശ്നം ഇല്ലെങ്കിലും എനിക്ക് പ്രശ്നം ഉണ്ട്."

സെക്രട്ടറി പിന്നെയൊന്നും മിണ്ടിയില്ല.

ഏത് മണ്ടത്തരമായാലും ടീച്ചർ പറഞ്ഞാൽ അത് മാറ്റമില്ലാതെ തുടരും എന്നാണ് അനുഭവം ഗുരു.

വെളിയിലേക്ക് ഇറങ്ങിയപ്പോഴാണ് വരാന്തയിൽ നിൽക്കുന്ന സീനിയർ അസിസ്റ്റന്റ് രാമചന്ദ്രൻ മാസ്റ്ററെ കണ്ടത്. അതോടെ ഉ ള്ളിലെ ദേഷ്യം മൊത്തമായി വെളിയിലേക്ക് വന്നു,

"അല്ല ചാർജ്ജൊന്നും എഴുതി വാങ്ങുന്നില്ലേ? ഇനി പെൻഷ നാവുന്ന ടീച്ചറുടെ വീട്ടിൽ പോയിട്ടാണോ ചാർജ്ജ് ഹേന്റോവർ ചെയ്യുന്നത്?."

"ചാർജ്ജ് തന്നാൽ വാങ്ങും, അതിന് ഇന്ന് വൈകുന്നേരം വ ന്നാൽ മതിയെന്നാ പറഞ്ഞത്."

"ഈയൊരു കൊല്ലം മുഴുവൻ കൊണ്ടുനടന്നിട്ടും ഈ ഹെഡ് ടീച്ചറെ നന്നാക്കാൻ നിങ്ങളെക്കൊണ്ട് കഴിഞ്ഞിട്ടില്ലല്ലോ; എന്തൊ ക്കെയാ കൊളമാക്കുന്നതെന്നറിയില്ല. അനുഭവിച്ചോ."

"എന്റെ ജോസേ, ഞാനെന്ത് ചെയ്യാനാ? ടിച്ചർക്ക് ആരേം വി ശ്വാസമില്ല. ഏതായാലും ഇന്നൊരുദിവസം കൂടി അനുഭവിച്ചാൽ മതിയല്ലോ."

രണ്ടുപേരും നടന്ന് സ്റ്റാഫ്റൂമിൽ എത്തിയപ്പോൾ അക്ഷമരായ അദ്ധ്യാപകർ പറഞ്ഞു.

"ഞങ്ങൾക്ക് തുടങ്ങാമല്ലോ."

"തുടങ്ങാറായിട്ടില്ല, വൈകുന്നേരം സ്ക്കൂൾ ടൈം കഴിഞ്ഞ് റി ട്ടയർആയാൽ മാത്രമേ സെന്റോഫിൽ പങ്കെടുക്കുന്നുള്ളൂ. എന്നാ ണ് വിരമിക്കുന്നവർ പറഞ്ഞത്'

പെട്ടെന്ന് ഹിന്ദി ടീച്ചറായ ലീലാമ്മ ചാടിയെഴുന്നേറ്റ് പറഞ്ഞു,

“അപ്പോൾ നാല്മണി കഴിഞ്ഞിട്ടോ? എനിക്ക് നേരത്തെ ട്രെയി നിന് പോകേണ്ടതാണ്.”

“നാല് മണിയല്ല, ഹെഡ്മിസ്ട്രസ്സിന്റെ സമയം അഞ്ച് മണിയാണ്.”

ലീലാമ്മ വലിയ ബാഗും സ്യൂട്ട്കെയ്സും എടുത്ത് എഴുന്നേറ്റപ്പോൾ കായിക അദ്ധ്യാപിക ശ്രീരഞ്ചിനി ഉച്ചത്തിൽ പറഞ്ഞു,

“അഞ്ച് മണിക്കുള്ള ട്രെയിനിൽ കയറി ഏറണാകുളത്ത് എത്തേണ്ടവരാണ്, ഇന്നുച്ചക്ക് പച്ചവെള്ളം പോലും തിന്നിട്ടില്ല. ജോസ് മാഷെ, അവരുടെ പാക്കറ്റങ്ങ് കൊടുത്താട്ടെ.”

ബിരിയാണി പാക്കറ്റ് കൊടുത്ത് ലീലാമ്മയെ പറഞ്ഞുവിട്ടതിനുശേഷമാണ് ജോസിന്റെ തലയിൽ പുത്തൻ ആശയം ഉദിച്ചത്.

“ഭക്ഷണമെല്ലാം എടുത്തുവെച്ച് ഹാൾ ശരിയാക്കാം. ഹെഡ്ടീച്ചർ വന്നാൽ പെട്ടെന്ന് കഴിക്കാമല്ലൊ.”

അതുവരെ വിശന്നിരിക്കുന്നവരുടെ ഇടയിൽ പെട്ടെന്നൊരു ഉണർവ്വ് വന്നു. ഹാളിലെ ബെഞ്ചും ഡസ്ക്കും മാറ്റാൻ തിരക്ക് കൂട്ടിയവർതന്നെ ഭക്ഷണപാക്കറ്റുകൾ നിരത്തിവെച്ചു. കുടിക്കാനും കഴുകാനും ആവശ്യമുള്ള വെള്ളവും തയ്യാറാക്കിയപ്പോൾ സമയം നാല് മണി.

ആ നേരത്ത് പ്യൂൺ രമേശൻ നായർ പ്രത്യക്ഷപ്പെട്ടു.

“രാമചന്ദ്രൻ മാഷോട് അഞ്ച്മണി കഴിഞ്ഞാൽ ഓഫീസിൽ വരണമെന്ന് എച്ച്.എം. പറഞ്ഞു.”

“ങെ അത് ടീച്ചർ ഇങ്ങോട്ടൊന്നും വരുന്നില്ലേ?”

“നമ്മുടെ ഹെഡ്ടീച്ചറെ സാറിന് അറിയില്ലേ? അഞ്ച്മണി കഴിഞ്ഞ് റിട്ടയേർഡ് ഫ്രം സർവ്വീസ് എന്ന് രജിസ്റ്ററിൽ എഴുതി ചാർജ്ജ് കൊടുത്തതിനുശേഷം മാത്രമേ നിങ്ങളുടെ ബിരിയാണി കഴിക്കത്തുള്ളൂ.”

“ഈ ടീച്ചറെന്തോന്നാ ചെയ്യുന്നത്?”

“ടീച്ചർ കമ്പ്യൂട്ടർ തുറന്ന് എന്തൊക്കെയോ തപ്പിനോക്കുന്നു.”

“ഓ, കമ്പ്യൂട്ടർ ഗെയിമിലായിരിക്കും. പെൻഷനായാൽ ഇവർക്കിനി വീട്ടിന്ന് കളിച്ചാപോരെ?”

വിശപ്പിന്റെ മണവും ബിരിയാണിയുടെ മണവും ഒത്തുചേർന്ന രൂക്ഷമായ ഗന്ധം അസഹനീയമായപ്പോൾ ഹാളിൽ നിന്ന് ഓരോരുത്തരായി സ്ഥലം വിടാൻ തുടങ്ങി. സംഗതി പിടിവിടുന്ന മട്ടായ

പ്പോൾ സ്റ്റാഫ് സെക്രട്ടറിയും സീനിയർ അസിസ്റ്റന്റ് രാമചന്ദ്രൻ മാഷും ഓഫീസിലെത്തി. ക്ലാർക്കും പ്യൂൺസും തിരക്കിട്ട് സ്വന്തം ജോലികൾ ചെയ്യുന്നതു കണ്ടപ്പോൾ സ്റ്റാഫ് സെക്രട്ടറി ചോദിച്ചു.

“ഇന്നത്തെ സെന്റോഫ് നിങ്ങളും ചേർന്നല്ലേ നടത്തുന്നത്. അപ്പോൾ അത് കുറച്ച് നേരത്തെ ആവാമെന്ന് ടീച്ചറോട് പറഞ്ഞുകൂടെ?”

“മാഷെ ഞാനൊരു വെറും ക്ലാർക്ക്, നാളെയും അഞ്ച്മണി വരെ ജോലി ചെയ്യേണ്ടവൻ. നമ്മുടെ ഹെഡ് വരാതെ നമ്മളെങ്ങനെയാ പങ്കെടുക്കുന്നത്?”

മറുപടി പറയാതെ അകത്തേക്ക് കടന്നപ്പോൾ തിരക്കിട്ട് ഫയലുകളിൽ ഒപ്പിടുന്ന ഹെഡ്ടീച്ചറെയാണവർ കണ്ടത്. അതിനിടയിൽ കമ്പ്യൂട്ടറിൽ സർക്കാൻ സൈറ്റുകൾ തുറന്നുനോക്കുന്നുണ്ട്. കൃത്യം അഞ്ചുമണിക്ക് കമ്പ്യൂട്ടർ ഓഫാക്കി എഴുന്നേറ്റശേഷം രാമചന്ദ്രൻ മാസ്റ്ററോട് പറഞ്ഞു,

“മാഷേ എനിക്കുവേണ്ടി അല്പസമയംകൂടി ഇരിക്കണം. പെട്ടെന്ന് ഭക്ഷണം കഴിച്ചതിനുശേഷം ചാർജ്ജൊക്കെ ഒപ്പിട്ടുതരാം വല്ലാതെ വിശന്നുപോയി; എല്ലാവരും വന്നേ.”

വിരമിച്ചുകൊണ്ടിരിക്കുന്ന പ്രധാന അദ്ധ്യാപികയോടൊപ്പം സ്റ്റാഫ് സെക്രട്ടറിയും സീനിയർ അസിസ്റ്റന്റും ഓഫീസ്സ്റ്റാഫ് അംഗങ്ങളും ചേർന്ന് ഹാളിലേക്ക് കടന്നപ്പോൾ അവിടെ അദ്ധ്യാപകരായി ആരെയും കണ്ടില്ലെങ്കിലും ബിരിയാണി പാക്കറ്റുകൾ പത്തെണ്ണം മേശപ്പുറത്ത് ഉണ്ടായിരുന്നു. ആ നേരത്ത് ശബ്ദിച്ച സ്വന്തം മൊബൈൽ നോക്കിയിട്ട് ഹെഡ്മിസ്ട്രസ്സ് മറ്റുള്ളവരോടായി പറഞ്ഞു,

“വീട്ടിന്നാണ്.”

തുടർന്ന് മൊബൈൽ ഓൺ ചെയ്തിട്ട് പറയാൻ തുടങ്ങി,

“പിന്നേയ്, ഞാൻ കുറച്ചുകൂടി വൈകും. അഞ്ചുമണിവരെയുള്ള വെബ്സൈറ്റ് നോക്കിയിട്ടും പെൻഷൻ പ്രായം വർദ്ധിപ്പിക്കാനുള്ള ഓർഡറൊന്നും വന്നിട്ടില്ല. അതുകൊണ്ട് സ്ക്കൂളിലെ എല്ലാവരും കൂടീട്ട് ഇന്നെനിക്ക് ബിരിയാണി തരുന്നുണ്ട്, കേട്ടോ.”

വിരമിച്ച പ്രധാന അദ്ധ്യാപിക ആദ്യമായി മറ്റുള്ളവർ കേൾക്കെ, മൊബൈലിൽ സംസാരിച്ചു.

******

തെയ്യം കാണാൻ പോയപ്പോൾ

ഉത്തരമലബാറിലെ ഗ്രാമീണർ ഒത്തുചേരുന്ന കൂട്ടായ്മയുടെ
ആഘോഷമാണ് തെയ്യം. ഓരോ ഗ്രാമത്തിനും സ്വന്തമായി രണ്ടോ
മൂന്നോ കാവുകളും അവിടെവെച്ച് വർഷത്തിൽ ഒരുതവണ കെട്ടി
യാടുന്ന അനേകം തെയ്യങ്ങളും ഉണ്ട്. 'തെയ്യം കുറിച്ചാൽ' ഗ്രാമ
ത്തിലുള്ളവർ ബന്ധുക്കളെ കണ്ടെത്തിയിട്ട് 'തെയ്യായിട്ട് വരണേ'
എന്ന് അറിയിച്ചാൽ ദൂരെയുള്ളവർ തെയ്യക്കാലത്ത് വീട്ടിൽ വിരു
ന്നുവന്ന് താമസിക്കാറുണ്ട്. വിവാഹിതരായ പെൺമക്കളെല്ലാം ഭർ
ത്താവിനെ മാത്രമല്ല, അമ്മായിഅമ്മയെയും നാത്തൂനേയും അവി
ടെയുള്ള കൊച്ചുപിള്ളേർസിനെയും ഒപ്പംകൂട്ടി സ്വന്തം വീട്ടിൽവ
ന്ന് അന്തിയുറങ്ങുന്ന, ബഹുജനങ്ങൾ പലവിധം ഒത്തുചേരുന്ന
ഗ്രാമീണ ആഘോഷമാണ് നമ്മുടെ തെയ്യം. ആളുകളുടെ ജീവിത
രീതിക്ക് മാറ്റം വന്നെങ്കിലും ഭക്തിയോടൊപ്പം ആഘോഷമായ തെ
യ്യങ്ങളും പണ്ടത്തെക്കാൾ മെച്ചമായി ഗ്രാമങ്ങളിൽ ഇന്നും നടന്നു
വരുന്നുണ്ട്.

പട്ടണത്തിലേക്ക് കുടിയേറിയതിനുശേഷം തെയ്യം കാണാൻ
പോവാറില്ലെങ്കിലും കുട്ടിക്കാലത്ത് കാവിന്റെ മുറ്റത്തുവെച്ച് ചെ
ണ്ടയുടെ മുകളിൽ കോല് പതിക്കുന്നത് കേൾക്കുമ്പോൾ തന്നെ
ഞാനും എന്റെ സമപ്രായക്കാരും അവിടെ ഹാജരുണ്ടാവും. കാവി
ലെത്തിയാൽ എല്ലാവരും സ്വതന്ത്രരാണ്; കുട്ടികളാണെങ്കിലും എ
വിടെയും പോവാം, ചിരിക്കാം, കളിക്കാം. എല്ലാവരും നാട്ടുകാരാ
ണ്, പരിചയക്കാരാണ്, അതുകൊണ്ട് കൈവിട്ടുപോയാലും രക്ഷി
താക്കൾക്ക് മക്കളെ എളുപ്പത്തിൽ കണ്ടെത്താൻ കഴിയും. അതൊ
രു ആഘോഷമായിരുന്നു, ഓർമ്മകളിൽ മുങ്ങിത്താഴ്ന്നാൽ പൊ
ങ്ങാൻ ഇഷ്ടപ്പെടാത്ത കുട്ടിക്കാലത്തെ ആഘോഷം.

ഗ്രാമത്തിലുള്ള എന്റെ വീട്ടിൽനിന്ന് ഏറ്റവും അടുത്തുള്ള കാ
വ്, പാറക്കണ്ടി കാവ്; ചെണ്ടകൊട്ടുമ്പോൾ വീട്ടിലിരുന്നാലും ന
ന്നായി കേൾക്കാം. മൂന്ന് ദിവസമാണ് അവിടെ ആഘോഷം; അ

തിനിടയിൽ ചമയങ്ങൾ അണിഞ്ഞ അനേകം തെയ്യങ്ങൾ ദൈവങ്ങളുടെ പ്രതിപുരുഷന്മാരായി വന്ന് മഞ്ഞൾക്കുറി കൊടുത്ത് ഭക്തജനങ്ങളെ അനുഗ്രഹിക്കുന്നതോടൊപ്പം കാണിക്ക സ്വീകരിക്കുകയും ചെയ്യും. ഈ ആഘോഷങ്ങൾക്ക് പകിട്ടേകാൻ ഗ്രാമീണചന്തകളും ചായക്കടകളും കൂടാതെ കലാപരിപാടികളും അലങ്കാരങ്ങൾ അടിയറവെക്കലും ഉണ്ടാവുമ്പോൾ ആകെ ശബ്ദമുഖരിതമായ അന്തരീക്ഷമായിരിക്കും. മുതിർന്ന ബന്ധുക്കൾ കുട്ടികൾക്ക് കണ്മഷി, ചാന്തുപൊട്ട്, വള, റിബ്ബൺ എന്നിവയൊക്കെ വാങ്ങിക്കൊടുക്കുന്നതിനാൽ തെയ്യംകഴിഞ്ഞ് പിറ്റേദിവസം പെൺകുട്ടികൾ സ്ക്കൂളിൽ വരുന്നത് ഇവയെല്ലാം അണിഞ്ഞായിരിക്കും.

വർഷങ്ങൾക്കു മുൻപ്...

അങ്ങിനെയുള്ളൊരു ഒരു തെയ്യക്കാലത്ത്...

എട്ടാം ക്ലാസ്സിൽ പഠിക്കുമ്പോൾ...

തലേദിവസം രാത്രി അരങ്ങേറിയ 'ദുര്യോദനവധം' കഥകളി കണ്ടതിനാൽ ഉറക്കമിളച്ച ക്ഷീണം മുഖത്തുകാണിക്കാതെയാണ് അതിരാവിലെ പാറക്കണ്ടി കാവിൽ പോയത്. കൂടെ ഇളയ സഹോദരൻ ഉണ്ടെങ്കിലും കാവിന്റെ നടയിൽ എത്തിയപ്പോൾ ആദ്യംകണ്ട കൂട്ടുകാരന്റെ കൂടെ അവൻ സ്ഥലം വിട്ടു. മുറ്റത്തുനിന്നും ഉയരുന്ന ചെണ്ടമേളം കേട്ടാലറിയാം, കാവിലെ പരദേവത പുറപ്പെടുകയാണെന്ന്. തിരക്കിനിടയിൽ നുഴഞ്ഞുകയറിയ ഞാൻ നേരെ അങ്ങോട്ട് പോയപ്പോൾ കണ്ടത് ചെണ്ടയുടെ താളത്തിനനുസൃതമായി ചുവന്നപട്ടുടുത്ത് തെച്ചിപ്പൂ മാലകളും കിരീടവും അണിഞ്ഞ പരദേവത കാവ്ചുറ്റി നടക്കുന്നതാണ്. തളികയിൽ അരിയും തിരിയിട്ട് കത്തിച്ച കാക്കവിളക്കും പിടിച്ച് മുന്നിൽ നടക്കുന്ന കൊച്ചുപെൺകുട്ടികൾ തെയ്യം തലകുനിക്കുമ്പോൾ അരിവാരി എറിയുന്നുണ്ട്. കുട്ടിക്കാലത്ത് ഏതാനും വർഷം ഞാനും അതുപോലെ തളികയും പിടിച്ചുനടന്ന് അരിഎറിഞ്ഞ് പരദേവതയെ സ്വീകരിച്ചതാണ്; ഇപ്പോൾ മുതിർന്നു പോയല്ലോ.

മൂന്നുതവണ കാവ്ചുറ്റിയശേഷം മുറ്റത്തുവന്ന് ചെണ്ടയുടെ താളത്തിനൊത്ത് തെയ്യം ഉറഞ്ഞുതുള്ളുമ്പോൾ ആൺകുട്ടികൾ കൂവിയാർക്കുകയാണ്. എത്ര മഹത്തായ ആചാരങ്ങൾ. മനുഷ്യമനസ്സിൽ ഐക്യം വളർത്തുന്ന, സന്തോഷം വളർത്തുന്ന ആചാരങ്ങളെല്ലാം നല്ലതുതന്നെ.

അതെല്ലാം നോക്കിനടന്നശേഷം കാവിന്റെ പിന്നിലുള്ള ചന്തകൾക്കുനേരെ ഞാൻ നടന്നു. അച്ഛൻതന്ന പണം ചെലവാക്കിയിട്ട് കൈനിറയെ വളകൾ അണിയണം, കൂട്ടത്തിൽ ഏതാനും കുപ്പിവളകളും വാങ്ങണം; പൊട്ടിയാലെന്താ, അത്രയും നേരത്തേക്ക് വളയിട്ടാൽ പോരേ

പെട്ടെന്നാണ് തിരക്കിനിടയിൽനിന്ന് ഒരു കുഞ്ഞുമായി അവൾ വന്നത്, എന്റെ ബന്ധുവായ ശൈലജ. എന്നെക്കാൾ ഒരുവയസ്സ് ഇളയതാണെങ്കിലും അവളെപ്പോഴും മുതിർന്നവളാണ്. ഇലയിൽ മണ്ണപ്പവും ചിരട്ടയിൽ ചോറും കറിയും വെക്കുമ്പോൾ അവളായിരിക്കും അമ്മ. ഞാൻ മകളും. ടീച്ചറും കുട്ടിയും കളിക്കുമ്പോൾ അവളായിരിക്കും ടീച്ചർ. ഞാൻ കുട്ടിയും. അങ്ങനെ കളിച്ചുകളിച്ച് നടക്കുന്ന പ്രായത്തിൽ എന്നെ അടിക്കാനുള്ള ഒരു ചാൻസും അവൾ വിട്ടുകളയാറില്ല.

എന്നെ കണ്ടപ്പോൾ അവളൊരു ചോദ്യം,

“നീയിവിടെ ഒറ്റക്ക് നടന്നുകളിക്ക്യാണോ?”

“ഞാൻ വളവാങ്ങാൻ പോവുകയാ,, ഇതാരാ ഈ കുട്ടി?”

“ഇതാ കുട്ടീനെ പിടിച്ചാട്ടെ.”

ചോദ്യത്തിനു മറുപടി പറയാതെ കൈയിലുള്ള കുഞ്ഞിനെ അവളെന്റെ കൈയിൽ തന്നു. നല്ല പട്ടുടുപ്പും ട്രൗസറും അണിഞ്ഞ ആ കുഞ്ഞിനെ നോക്കിയിരിക്കെ ശൈലജ തിരക്കിനിടയിൽ മറഞ്ഞു. കുഞ്ഞ് ചിരിക്കുകയാണ്, ഞാനും അവനെനോക്കി നന്നായൊന്ന് ചിരിച്ചു. നല്ല ഓമനത്തമുള്ള ചുരുളമുടിക്കാരൻ ആൺകുട്ടിക്ക് നടക്കാൻ പ്രായമായിട്ടില്ല. തൊട്ടടുത്തുള്ള കല്ലിന്റെ നടയിലിരുന്ന് ഞാനവനെ കളിപ്പിക്കാൻ തുടങ്ങി. കഷ്ടിച്ച് എട്ടുമാസം പ്രായംതോന്നുന്ന അവന് നന്നായി ചിരിക്കാനും ചിണുങ്ങാനും അറിയാം. ഒന്നുംപറയാതെ ഇങ്ങനെയൊരു കുട്ടിയെ ഏല്പിച്ചിട്ട് അവളെങ്ങോട്ടായിരിക്കും തിരക്കിട്ട് പോയത്?

ആരുടേതെന്നറിയാത്ത കുഞ്ഞിനെ ഒക്കത്തിരുത്തിയിട്ട് വളകൾ വിൽക്കുന്നിടത്തേക്ക് നീങ്ങിയപ്പോഴാണ് പ്രശ്നം. കുഞ്ഞ് ചൂണ്ടുകയാണ്, അവിടെയുള്ള പലതും അവനുവേണം. അവിടെ ആൺകുട്ടികൾക്കായി ആകെയുള്ളത് പീപ്പിയാണ്, അത് ഊതാനുള്ള പ്രായമൊന്നും അവനായിട്ടില്ല. ഏതായാലും വളയൊക്കെ പിന്നെ വാങ്ങാം, കാവിന്റെ മുറ്റത്തേക്കുതന്നെ ഞാൻ നടന്നു. അവിടെ

തെയ്യങ്ങളുടെ എണ്ണം മൂന്നായിട്ടുണ്ട്, അതോടൊപ്പമുള്ള ചെണ്ട യുടെ ശബ്ദം കേട്ടതോടെ കുഞ്ഞ് പേടിച്ച് കരയാൻ തുടങ്ങി. താ രാട്ടുപാടാനും കരച്ചിൽ നിർത്താനും അവന്റെ പേരെനിക്കറിയില്ല ല്ലോ. എന്നാലും ഇങ്ങനെയൊരു ചെറിയ കുട്ടിയെ എന്റെ കൈ യിൽ തന്നിട്ട് സ്ഥലംവിടുക? ഇവൻ ശൈലജയുടെ അനുജനല്ല; കാരണം അവരെയൊക്കെ എനിക്കറിയാം. അവളെ കണ്ടെത്താ നായി കുട്ടിയെയും എടുത്ത് കാവിന്റെ പലഭാഗങ്ങളിലും ഞാൻ ന ടന്നു. ഒടുവിൽ കാവിന് സമീപമുള്ള കഴകപ്പുരയുടെ ചാണകം തേച്ച് മിനുസപ്പെടുത്തിയ വരാന്തയിൽ കുട്ടിയെ ഇരുത്തിയിട്ട് സ മീപത്ത് ഇരുന്നപ്പോഴേക്കും എനിക്ക് കരച്ചിൽ വരാൻ തുടങ്ങി.

സമയം മുന്നോട്ട് പോയ്ക്കൊണ്ടിരിക്കെ അവിടെയിരുന്ന് ഭാ വിപരിപാടികൾ പലതും ഞാൻ ചിന്തിച്ചു.

“ആരുമറിയാതെ കുട്ടിയെ ഇവിടെയിരുത്തിയിട്ട് മുങ്ങിയാലോ?”

അയ്യോ, അവൻ കരഞ്ഞ് ബഹളമുണ്ടാക്കും, പാവം.

“കാവിലുള്ള മുതിർന്ന ആരെയെങ്കിലും കണ്ടുപിടിച്ച് കാര്യം പറഞ്ഞാലോ?”

തെയ്യം കാണുന്നതിനിടയിൽ ഇങ്ങനെയൊരു പ്രശ്നം പരിഹ രിക്കാൻ ആരും മെനക്കെടില്ല...

“നേരെ ശൈലജയുടെ വീട്ടിലേക്ക് പോയാലോ?”

അയ്യോ, അവളുടെ അമ്മ. ഭദ്രകാളിയുടെ ഏട്ടത്തി, എന്നെ തി ന്നുകളയും.

ഒടുവിൽ ഒരു തീരുമാനത്തിലെത്തി.

“വീട്ടിൽ പോവാം, എന്നിട്ട് അമ്മയോട് കാര്യങ്ങൾ പറഞ്ഞ് ഈ കുട്ടിയെയും വളർത്താം. അവിടെ ഒരുമാസം മുൻപ് രണ്ടാമ ത്തെ അനുജനെ പ്രസവിച്ചശേഷം അമ്മ വിശ്രമത്തിലാണ്.”

കുട്ടിയെ എടുത്തപ്പോൾ ഭാരം കൂടിയതുപോലെ, വളരെനേര മായല്ലൊ എടുത്തുനടക്കാൻ തുടങ്ങിയിട്ട്,, വീട്ടിലേക്ക് പോവാനാ യി ആളുകൾക്കിടയിലൂടെ നടന്ന് കാവിന്റെ നടയിറങ്ങാൻ നേര ത്ത് നേരെ മുന്നിൽ.

എന്റെ ഇളയമ്മ, അമ്മയുടെ സ്വന്തം അനിയത്തി.

എന്നെ കണ്ടയുടനെ ചോദ്യം.

“അവളെവിടെ?”

“ആര്?”

“ആ ശൈലപ്പെണ്ണ്.”

“ഓളെ കാണാനില്ല, ഈ കുട്ടിനെ.”

“ഈാടെന്ന് കണ്ടപ്പോൾ എന്റെ ഒക്കത്ത്ന്ന് മോനെ ഏടുത്തിട്ട് ഓടിപ്പോയതാ. എന്നിട്ടിപ്പം കുട്ടീനെ നിന്നെ ഏല്പിച്ചിട്ട് ഓളെവിടെയാ പോയത്? എത്ര നേരമായി ഞാനിവനെ തെരഞ്ഞ് നടക്കാൻ തൊടങ്ങീറ്റ്?”

പെറ്റമ്മയെ കണ്ടപ്പോൾ വായതുറന്ന് ചിരിക്കുന്ന കുഞ്ഞിനെ എന്റെ കൈയിൽനിന്നും വാങ്ങിയിട്ട് ഇളയമ്മ പറഞ്ഞു.

“അന്റെ മോന് വെശക്കുന്നില്ലേ? പാല്കുടിക്കാൻ നേരായി. ഏടിയാ ഇത്രേരം പോയത്?”

മകനെയുമെടുത്ത് കാവിന്റെ പിന്നിലേക്ക് പോവുന്നതിനിടയിൽ അവർ എന്നോടായി പറഞ്ഞു.

“നിയെവിടേം പോകല്ലേ, വളയും ചാന്തും റിബ്ബണുമൊക്കെ വാങ്ങിത്തരാം.”

അവൻ ഇളയമ്മയുടെ മകനാണ്, എന്റെ അനുജനാണ്. തറവാട് വീട്ടിൽവെച്ച് പ്രസവിച്ചിട്ട് കുഞ്ഞിന് മൂന്നുമാസം പ്രായമായപ്പോൾ ഭർത്താവിന്റെ വീട്ടിലേക്ക് പോയ ഇളയമ്മ തെയ്യായിട്ട് നേരെ കാവിലേക്ക് വന്നതാണ്. മൂന്നാം മാസത്തിൽ ഞാൻകണ്ട കുഞ്ഞ് ഏതാനും മാസങ്ങൾ കഴിഞ്ഞ് കമഴ്ന്നു കിടന്നശേഷം ഇരിക്കുകയും പിന്നീട് മുട്ടിലിഴഞ്ഞ് നടക്കാൻ ശ്രമിക്കുമെന്നും അവൻ വലുതാവുമെന്നും ഞാൻ ചിന്തിച്ചതേയില്ല. നാല്മാസം മുൻപ് ഭർത്താവിന്റെ വീട്ടിലേക്ക് പോയ ഇളയമ്മയും മകനും നേരെ കാവിലേക്ക് വരുമെന്ന് ആനേരത്ത് ഞാനെങ്ങനെ ഓർക്കാനാണ്.

******

വിദ്യാലയത്തിലെ ഭീകരന്മാർ

ഞാൻ പഠിപ്പിച്ചിരുന്ന വിദ്യാലയത്തിൽ ഒരുകാലത്ത് ഭീകരന്മാരായ അദ്ധ്യാപകർ ഉണ്ടായിരുന്നു. ഭീകരപ്രവർത്തനത്തിൽ അവർ തമ്മിൽ എന്നും എപ്പോഴും മത്സരമായിരുന്നു. കൂട്ടത്തിൽ കൊടും ഭീകരിയായൊരു അദ്ധ്യാപികയാണ് ജീവശാസ്ത്രം പഠിപ്പിച്ചിരുന്നത്. മറ്റുള്ളവർ പറയാൻ മടിക്കുന്ന എന്തും ഏതുനേരത്തും ആരോടും പറയുന്നവരാണ് ജീവശാസ്ത്ര അദ്ധ്യാപകർ. നമ്മുടെ അദ്ധ്യാപിക പഠിപ്പിച്ചിരുന്ന പത്താം ക്ലാസ്സിൽ അതിഭീകരനായൊരു ശിഷ്യൻ ഉണ്ടായിരുന്നു.

ഒരു ദിവസം,

ഒരിക്കലും നന്നാവില്ലെന്ന് വാശിപിടിച്ച് പിൻബെഞ്ചിലിരുന്ന് തരികിട കളിക്കുന്ന അതിഭീകരനായ ശിഷ്യനെ പൊക്കിനിർത്തിയിട്ട് ഭീകരിയായ ടീച്ചർ പെട്ടെന്നൊരു ചോദ്യം,

"തന്നെയൊക്കെ ഏത് നേരത്താടാ ഉണ്ടാക്കിയത്?"

ജീവശാസ്ത്രം ടീച്ചറല്ലേ ചോദിക്കുന്നത്, പെട്ടെന്ന് ശിഷ്യനിൽ നിന്നും കരക്റ്റ് ഉത്തരം വന്നു.

"രാത്രിയിൽ"

ടീച്ചർ ഞെട്ടി.

ജീവശാസ്ത്രികൾക്ക് എന്തും ചോദിക്കാം, എന്നാൽ ശിഷ്യന്മാർ എല്ലാ ചോദ്യങ്ങൾക്കും ഉത്തരം പറയാൻ പാടുണ്ടോ? അതിഭീകരനാണെങ്കിലും ഇതുവരെ ഒരു ചോദ്യത്തിനും ഉത്തരം പറയാത്ത തിരുമണ്ടൻ!?

ശേഷം എന്തൊക്കെ ആയിരിക്കും അവിടെ സംഭവിച്ചത്?

ടീച്ചർ മറ്റൊന്നും ഓർത്തില്ല, അടിയുടെ പൊടിപൂരം അരങ്ങേറി. അടി ഒന്നും രണ്ടുമല്ല, ഇരുപത്തി ഏഴ്. എണ്ണിയവന് എണ്ണം തെറ്റിയതാണെന്നും കൃത്യം മുപ്പത്തിഅഞ്ചാണെന്നും പെൺകുട്ടികൾസ് പറയുന്നു.

ശേഷം ഉണ്ടാവാനിടയുള്ള പ്രശ്നങ്ങൾക്കും പരിഹാരത്തിനും

കാത്തിരിക്കാതെ അതേ ക്ലാസ്സിലെ വിദ്യാർത്ഥികൾ അവനെ അടിച്ച അതേ ചൂരൽ നാലായി പൊട്ടിച്ചുകൊണ്ട് അതേ നിമിഷം ഭീകരിയായ അതേ അദ്ധ്യാപികക്ക് നല്ലൊരു പേരിട്ടു.

"യക്ഷി"

ഏതാനും വർഷംമുൻപ് അദ്ധ്യാപന ജോലിയിൽ നിന്നും വിരമിച്ച കൊടും ഭീകരിയായ ജീവശാസ്ത്രം അദ്ധ്യാപിക ഒരുമാസം മുൻപ് എന്നെ കണ്ടപ്പോൾ പറഞ്ഞു.

"ടീച്ചറേ, ഇന്നത്തെ കാലത്തായിരുന്നു നമ്മൾ പഠിപ്പിച്ചിരുന്നതെങ്കിൽ. ജയിലിൽ നിന്നും ഇറങ്ങാൻ സമയം ലഭിക്കില്ലായിരുന്നു."

******

ചാറ്റും ചീറ്റും

മുഖപുസ്തകം തുറന്നാൽ,, ഏത് നേരത്തും ചാറ്റിനുവരുന്ന ഒരുത്തൻ, വല്ലാത്തൊരു ഉപദ്രവം. ഇന്നലെ ഞാനെന്റെ മൊബൈൽ നമ്പർ കൊടുത്തിട്ട് പറഞ്ഞു.

“ധാരാളം പറയാനുണ്ടെങ്കിൽ ഇനി നേരിട്ട് സംസാരിക്കാം.”

അവൻ ആശ്ചര്യത്തോടെ സ്മൈലിയോടെ ചോദിച്ചു.

“അതെങ്ങനെയാ? ഇതുവരെ കാണാത്ത പരിചയമില്ലാത്ത ഒരാളുമായി മൊബൈലിൽ സംസാരിക്കുന്നത്?”

ഞാൻ പറഞ്ഞു,

“അതൊന്നും പ്രശ്നമില്ല; എം.എൽ.എ.യും എം.പി.യും മന്ത്രിയും സിനിമാനടനുമൊക്കെ വിളിച്ചിരുന്ന നമ്പറാണിത്.”

അവൻ പിന്നെയൊന്നും മിണ്ടിയില്ല. ഇന്ന് നോക്കിയപ്പോൾ എന്നെ അൺഫ്രന്റ് ചെയ്തിരിക്കുന്നു!

പാവം, ഞാനൊരു സത്യം പറഞ്ഞതാണെന്ന് അവനറിഞ്ഞു.

******

ഒരു ചെരിപ്പും രണ്ട് കാലുകളും

അന്നൊരുനാൾ നട്ടുച്ചയ്ക്ക് സുന്ദരനും സാധുശീലനും ആരോഗ്യവാനും സർവ്വോപരി അവിവാഹിതനുമായ ക്ലാർക്ക് സുശീലൻ, കണ്ണൂർ ട്രഷറിയിൽനിന്ന് സ്വന്തം പഞ്ചായത്ത് ഓഫീസിൽ ജോലി ചെയ്യുന്നവരും ചെയ്യാത്തവരുമായ ജീവനക്കാരുടെ ശമ്പളം വാങ്ങി എണ്ണിനോക്കാതെ സ്വന്തം ബാഗിലിട്ടു. പണം വാങ്ങുമ്പോൾ എണ്ണിനോക്കുന്ന സ്വഭാവമൊക്കെ സംശയാലുക്കളായ അദ്ധ്യാപകർക്ക് മാത്രം ഉള്ളതാണല്ലോ. മറ്റുള്ളവരെല്ലാം കാഷ്യർ എണ്ണുമ്പോൾ അവരോടൊപ്പം എണ്ണുന്നതല്ലാതെ കൈയിൽ കിട്ടിയാൽ രണ്ടാമതൊന്ന് എണ്ണുന്ന സ്വഭാവമില്ല. ബാഗിലെ പണം മുറുകെ പിടിച്ചുകൊണ്ട് ഒരു ചായപോലും കുടിക്കാതെ നേരെ ബസ്സ്റ്റോപ്പിലേക്ക് നടന്ന് ഓഫീസിൽ എത്തിച്ചേരാനുള്ള ബസ്സിൽ കയറി. ക്ലാർക്കിന്റെ വരവുംനോക്കിയിട്ട് ജോലി ചെയ്യാതെ ഇരിക്കുന്ന ഒട്ടനവധിയെണ്ണം ഓഫീസിൽ ഇരിക്കുന്നുണ്ട്.

ബസ്സിൽ കയറിയപ്പോൾ നമ്മുടെ സുശീലന് ഇരിക്കാനൊരു ഇടം കിട്ടിയത് ലേഡീസ് സീറ്റിന്റെ തൊട്ടുപിന്നിലുള്ള ഇരിപ്പിടത്തിൽ. അവിടെ ഇരിക്കാൻനേരത്ത് തൊട്ടടുത്തിരിക്കുന്നവനെ ഒന്നുനോക്കി, യൂനിഫോം അണിഞ്ഞിരിക്കുന്ന സ്ക്കൂൾകുട്ടി. പ്ലസ് 2 ആയിരിക്കും; ഇവനെന്തിനാണ് അസമയത്ത് ബസ്സിൽ യാത്ര ചെയ്യുന്നത്? എന്തെങ്കിലുമാവട്ടെ,,, ബാഗിന്റെ കനം മടിയിൽ സ്ഥാപിച്ച് രണ്ട് കണ്ണുകൊണ്ടും അതിനെ ഇടയ്ക്കിടെ ശ്രദ്ധിച്ച് അങ്ങനെ ഇരിക്കുമ്പോൾ ബസ് സ്റ്റാർട്ട് ചെയ്ത് ഫുൾസ്പീഡിൽ ഓടാൻ തുടങ്ങി. ഇനി അരമണിക്കൂർ യാത്ര ചെയ്ത് ബസ്സിൽനിന്ന് ഇറങ്ങി പത്ത് മിനിട്ട് നടന്നാൽ സ്വന്തം ഓഫീസിൽ എത്താം.

ബസ് ഓടിക്കൊണ്ടിരിക്കെ എന്തോ ഒരു പന്തികേട്; സുശീലന്റെ തൊട്ടുമുന്നിൽ ഇരിക്കുന്നത് ഒരു യുവതിയും പ്രായമേറിയ മറ്റൊരു സ്ത്രീയുമാണ്. സുന്ദരിയായ ആ യുവതി പിന്നിലേക്ക് തിരിഞ്ഞുനോക്കി പുഞ്ചിരിച്ചു. രണ്ടാം തവണയും പുഞ്ചിരിച്ചശേ

ഷം തൊട്ടടുത്തിരിക്കുന്ന സ്ത്രീയോട്, 'അവളുടെ തള്ളയായിരിക്കാം' എന്തോ അടക്കം പറയുകയാണ്. അവൾ തലതിരിച്ച് വീണ്ടും വീണ്ടും നോക്കുകയാണ്. സുന്ദരിയായൊരു യുവതി അവിവാഹിതനായ യുവാവിനെ നോക്കി പുഞ്ചിരിച്ചാൽ കാര്യം മനസ്സിലാക്കാം; എന്നാൽ ഇവിടെ നോക്കുകയും പുഞ്ചിരിക്കുകയും ചെയ്യുന്നവളുടെ നെറ്റിയുടെ മുകളിൽ, അതായത് സീമന്തരേഖയിൽ. സിന്ദൂരം വിതറിയിട്ട് ചോരയൊലിപ്പിച്ചതുപോലെ ചാലുകീറിയിട്ടുണ്ട്. പോരാത്തതിന് ആനച്ചങ്ങല പോലത്തെ താലിച്ചെയിനും. ഇതെല്ലാം കാണിക്കുന്ന ഇവൾ മറ്റൊരുത്തനെ നോക്കുന്നത് എന്തിനായിരിക്കും?

മതിലും വേലിയും ഉള്ളപ്പോൾ ആ വീട്ടിലെ കൊച്ചെന്തിനാണ് വെളിയിലേക്ക് നോക്കുന്നത്?

പെട്ടെന്ന് ആ യുവതി ഉച്ചത്തിൽ വിളിച്ചുകൂവി,

"ചെരിപ്പ് ചെരിപ്പ്"

അതോടൊപ്പം തൊട്ടടുത്തിരിക്കുന്ന അമ്മച്ചിയുടെ ഒച്ച ഉയർന്നു.

"ബസ് നിർത്ത്, നിർത്തിയാട്ടെ."

പെട്ടെന്ന് ബസ് നിന്നു, ഒച്ചകേട്ട ഭാഗത്ത് എല്ലാവരും എത്തിനോക്കി. അവിടെ അവൾ എഴുന്നേറ്റുനിന്ന് എല്ലാവരും കാൺകെ ഒരു ചെരിപ്പ് ഉയർത്തിപിടിച്ച് കൂവുകയാണ്.

"ചെരിപ്പ് കിട്ടിയേ. എന്നെ ചവിട്ടിയവന്റെ ചെരിപ്പ് കിട്ടി. ഇതാ ഒരു ചെരിപ്പ്"

തുടർന്ന് അമ്മയോട് പറഞ്ഞു.

"ഇത്രയും നേരം എന്റെ കാല് ചൊറിഞ്ഞവന്റെ ചെരിപ്പാണ് ഇത്."

തൊട്ടുമുന്നിലെ ടാങ്കർ ലോറിയെ ഓവർടെയ്ക്ക് ചെയ്യാൻ പരിശ്രമിക്കുന്ന ബസ്ഡ്രൈവർ ആ പരിശ്രമം മതിയാക്കിയിട്ട് ആളുകൾ ഒഴിഞ്ഞ കടകളൊന്നും ഇല്ലാത്ത ഇടം കണ്ടെത്തിയശേഷം ഇടതുവശത്തായി പതുക്കെയങ്ങട്ട് വണ്ടി നിർത്തി. യാത്രക്കാരായ പുരുഷസഹോദരങ്ങൾ ഒന്നിച്ച് ഒച്ചകേട്ട ഭാഗത്ത് തടിച്ചുകൂടിയപ്പോൾ അവൾ പൊടിപ്പും തൊങ്ങൽസും വെച്ച് ചെരിപ്പുവിശേഷം ക്ലാർക്കിനെ ചൂണ്ടിക്കാട്ടിയിട്ട് വിളമ്പുകയാണ്.

"ഇതാ ഇവനാണ് എന്നെ കാലുകൊണ്ട് ചൊറിഞ്ഞത്, കണ്ണൂ

രിൽ നിന്നേ ഇയാൾ തൊടങ്ങിയതാ.”

കേരളത്തിലെ എല്ലാ ബസ്സുകളിലും ഇതുവരെ ഉണ്ടായ പീഡനങ്ങൾക്കെല്ലാം കാരണം ഈ ചെറുപ്പക്കാരനാണെന്ന് ആ സഹോദരി പറയാൻ തുടങ്ങിയപ്പോൾ യാത്രക്കാരുടെ അഭിപ്രായങ്ങൾ പെരുമഴയായി വന്നു.

“നമുക്കിവനെ പോലീസ് സ്റ്റേഷനിൽ എത്തിക്കാം.”

“വേണ്ട, ഇവനെ ഇവിടെവെച്ചുതന്നെ കൈകാര്യം ചെയ്യാം.”

“അതൊന്നും വേണ്ട പെങ്ങള് ആ ചെരിപ്പുകൊണ്ട് ഇവന്റെ മുഖത്ത് അടിച്ചാൽ മതി.”

ആ നേരത്ത് സ്ത്രീകളുടെ ചുറ്റും നിന്നവരെ വകഞ്ഞുമാറ്റിയിട്ട് പിന്നിലിരുന്ന രണ്ടുപേർ മുന്നിൽവന്നു. അവരെ കണ്ടപ്പോൾ അവളുടെ ആവേശം വീണ്ടും ഉയർന്നു.

“ഏട്ടാ ഇയാളെ വെറുതെ വിടരുത്.”

അയാൾ മറ്റുള്ളവരെ നോക്കിയിട്ട് പറഞ്ഞു.

“ഇക്കാര്യം ഞങ്ങൾ കൈകാര്യം ചെയ്തുകൊള്ളും. ഞാനിവളുടെ ഏട്ടനാണ്, പിന്നെ ഇത് ഭർത്താവാണ്.”

ചോദിക്കാനും പറയാനുമായി യാത്രക്കാരിക്ക് സ്വന്തമായി ഒരു ഭർത്താവും ഒരു സഹോദരനും ഉണ്ടെന്നറിഞ്ഞതോടെ മറ്റുള്ളവർ ഡയലോഗ് നിർത്തിയശേഷം ലൈവായൊരു സ്റ്റണ്ട് കാണാൻ കാത്തിരുന്നു. ബഹളത്തിനിടയിലും കൈയിലുള്ള പണം ശ്രദ്ധിച്ചുകൊണ്ട് മിണ്ടാതിരിക്കുന്ന ക്ലാർക്കിനോട് കൂട്ടത്തിലെ തടിയൻ ചോദിച്ചു.

“മാന്യന്മാരുടെ വേഷം ധരിച്ച നീയെന്തിനാടാ ചെരിപ്പുകൊണ്ട് സ്ത്രീകളെ തോണ്ടാൻ പോയത്?.”

അതുവരെ മിണ്ടാതിരുന്ന ആൾ പെട്ടെന്നെഴുന്നേറ്റ് എല്ലാവരും കേൾക്കെ പറഞ്ഞു.

“താനെന്താടോ പറഞ്ഞത്, ഈ ചെരിപ്പ് എന്റേതോ? നാലായിരത്തി അഞ്ഞൂറിന്റെ ഷൂമാത്രം ഇട്ട് ഓഫീസിൽ പോവുന്ന എന്റെ കാലിലെങ്ങനെയാടാ ചെരിപ്പ്?”

എല്ലാവരുടേയും നോട്ടം താഴോട്ടിറങ്ങിയിട്ട് അദ്ദേഹത്തിന്റെ കാലിലേക്കായി,,, അവിടെ രണ്ട് കാലിലും കറുത്തുമിന്നുന്ന ഷൂ കണ്ടപ്പോൾ അലറിവിളിച്ച യുവതിയടക്കം ഷട്ട് ഡൗണായി.

അവളുടെ ഏട്ടൻ പറഞ്ഞു,

"അളിയാ ഈയൊരു ചെരിപ്പ് ഈയാളുടേതല്ലല്ലോ. പിന്നെ ഇതിന്റെ ജോഡി ആരുടെ കാലിലാണ്?"

അതുവരെ അങ്കം നോക്കി രസിച്ചങ്ങനെ തൊട്ടടുത്ത് ഇരിക്കുന്ന സ്ക്കൂൾ വിദ്യാർത്ഥിയുടെ കാലിലേക്ക് അവരുടെ ശ്രദ്ധ പതിഞ്ഞു. അവനാണെങ്കിൽ രണ്ട് കാലുകൾ സ്വന്തമായി ഉണ്ട്; എന്നാൽ ചെരിപ്പ് ഒന്നുമാത്രം.

"ചൊറിഞ്ഞത് ഇവൻ തന്നെ ഇനി ഇവന്റെ ചൊറിച്ചിൽ നമ്മൾ മാറ്റിക്കൊള്ളാം. ഇവനെ ഞങ്ങൾ കൊണ്ടുപോവുകയാ, ബസ് വിട്ടോ?"

അതുവരെ പ്രതിയാക്കപ്പെട്ട നമ്മുടെ സുശീലനോട് മാപ്പ് പറഞ്ഞശേഷം സ്ക്കൂൾ വിദ്യാർത്ഥിയുടെ ഓരോ കൈയും പിടിച്ച് ബസ്സിന്റെ ഏറ്റവും പിന്നിലുള്ള സീറ്റിൽ ഇരുത്തിയിട്ട്, ഇരുവശത്തും ചെരിപ്പ് പിടിച്ചെടുത്ത യുവതിയുടെ ഏട്ടനും ആങ്ങളയും ഇരുന്നു. അതിൽ ഒരാൾ അവനോട് ചോദിച്ചു,

"മോനേ നിന്റെ പേരെന്താ?"

"&&&&&&&"

"അളിയാ ഇവൻ മിണ്ടില്ല, അതൊക്കെ നമുക്ക് ശരിയാക്കാം."

അയാൾ പയ്യന്റെ എല്ലാ പുസ്തകവും പിടിച്ചുവാങ്ങിയിട്ട് അതിലൊന്ന് തുറന്ന് വായിച്ചു.

"പേര് ശ്രീകുമാർ, മോനേ ശ്രീ കുമാരാ നീയെന്തിനാ പഠിക്കാൻ പോന്നത്?"

അതോടൊപ്പം പേജുകൾ ഒരോന്നായി കീറി എറിയാൻ തുടങ്ങി.

ഓരോ പുസ്തകവും തുറന്ന് ഓരോ പേജുകളായി കീറി എറിയുമ്പോഴെല്ലാം അവർ ഉച്ചത്തിൽ പറഞ്ഞു,

"മോനേ ശ്രീകുമാരാ, നീ എന്തിനാ പഠിക്കാൻ പോന്നത്?"

പണം മുറുകെപിടിച്ചുകൊണ്ട് പഞ്ചായത്ത് ഓഫീസിനു മുന്നിൽ സുശീലൻ ഇറങ്ങുമ്പോഴും ബസ്സിന്റെ പിന്നിലിരുന്ന് അളിയന്മാർ പുസ്തകത്തിലെ പേജുകൾ ഒരോന്നായി ചുരുട്ടി എറിയുന്നുണ്ടായിരുന്നു.

******

നിറം മാറുന്ന പാല്

രാവിലെ എട്ടുമണിക്കുമുൻപ് സ്ക്കൂളിലേക്ക് പോകുമ്പോൾ ചില ദിവസം കണികാണുന്നത് മാധവിയമ്മയെ ആയിരിക്കും. ആ കണി ഒരിക്കലും മോശമാവാറില്ല; എത്ര വൈകിയാലും അന്നേദിവസം ബസ്സ് കിട്ടുകമാത്രമല്ല തിരക്കിനിടയിൽ ഇരിക്കാനുള്ള സൗകര്യവും ലഭിക്കും.

അയൽപക്കത്ത് പുതിയതായി വീടുവെച്ച് താമസിക്കുന്ന ആയുർവേദ ഡോക്റ്റർ ഫേമലിയുടെ വീട്ടമ്മയും വേലക്കാരിയും അമ്മയും അമ്മായിഅമ്മയും അമ്മൂമ്മയും ആയ സീനിയർ മഹിളാരത്നമാണ് മാധവിയമ്മ. എന്നെ കാണുന്നഉടനെ ചോദിക്കും,

"മോളേ ആ പാലുകാരൻ പോയോ?"

"കണ്ടിട്ടില്ല, അറിയില്ല" എന്നുള്ള ഉത്തരം നൽകുമ്പോഴൊക്കെ ഞാൻ ചിന്തിക്കാറുണ്ട്.

"തിരക്കുണ്ടെങ്കിൽ തലേദിവസം മിൽമയുടെ ഒരുപാക്കറ്റ് വാങ്ങി ഫ്രിഡ്ജിൽ വെച്ചാൽ പോരേ?"

മെലിഞ്ഞ ഡോക്റ്ററും ഉണങ്ങിമെലിഞ്ഞ മൂന്ന് കുട്ടികളും അതെല്ലാം മെയ്ക്കപ്പ് ചെയ്യാൻ മാത്രം തടിച്ചുരുണ്ട ഭാര്യയും ചേർന്ന് 'ഇന്നോവയിൽ വന്ന് പാടുമ്പോൾ', മാധവിയമ്മ ഓടിവന്ന് ഗെയ്റ്റു തുറക്കുന്ന ദൃശ്യം ചില വൈകുന്നേരങ്ങളിൽ ഞാൻ കാണാറുണ്ട്. സാധാരണക്കാർ ഒന്നും രണ്ടും കൊണ്ട് മതിയാക്കുമ്പോൾ ഡോക്റ്റർക്ക് മക്കൾ മൂന്നെങ്കിലും ആവണമല്ലോ.

വിവിധ ജാതിയിലും മതത്തിലും വിശ്വാസത്തിലും ജീവിക്കുന്ന ഗ്രാമീണർ ചേർന്ന് ചിരിയും കളിയും അസൂയയും കുശുമ്പും ഏഷണിയും പരദൂഷണവും പറഞ്ഞുകൊണ്ട് പൊട്ടിച്ചിരിച്ച് ഏകമനസ്സുകളായി മുന്നോട്ടുപോകുന്ന കാലത്താണ് ഇതിലൊന്നും ഇടപെടാത്ത ഡോക്റ്റർ ഫേമിലിയുടെ വരവ്. പുത്തനായി നിർമ്മിച്ച ആ വീടിന്റെ ഇരുമ്പുഗെയ്റ്റിനും കരിങ്കല്ല് മതിലിനും ഉള്ളിലുള്ള വിശേഷങ്ങളെല്ലാം അയൽക്കാർക്ക് ദുരൂഹതകൾ നിറഞ്ഞതാ

യിരുന്നു. ഡോക്റ്ററുടെ നല്ലപാതി ടീച്ചർ ആണെന്ന് പറഞ്ഞുകേട്ടെങ്കിലും സർക്കാർ സ്ക്കൂളിൽ ടീച്ചറായ എനിക്ക് പരിചയമുള്ള പരിധിയിൽ പഠിപ്പിക്കുന്നതായി അറിവില്ല. വെളിയിൽ തലകാണിക്കുന്ന മാധവിയമ്മ മിണ്ടുന്നത് പാൽക്കാരനെ അന്വേഷിക്കാൻ മാത്രമാണ്.

ഒരു ദിവസം രാവിലെ വലിയൊരു രഹസ്യം ഞാൻ കണ്ടുപിടിച്ചു,

വണ്ടി നിർത്തിയശേഷം മാധവിയമ്മയെ സമീപിച്ച പാൽക്കാരൻ പയ്യൻ, 'പൂച്ച പാല് കുടിക്കുന്നതുപോലെ', നിറയെപാലുള്ള കുപ്പി മാധവിയമ്മക്ക് കൈമാറുന്നു. പകരം പാലില്ലാത്ത മറ്റൊരു കുപ്പി കൊടുത്തശേഷം വെള്ളനിറമുള്ള പാൽക്കുപ്പി സാരിയിൽ പൊതിഞ്ഞ് 'ഞാനൊന്നും അറിഞ്ഞില്ല ടീച്ചറെ', എന്ന മട്ടിൽ ഉരിയാടാതെ തുറന്ന ഗെയിറ്റിന്റെ വിടവിലൂടെ അകത്തുകടന്നു ഗെയിറ്റടച്ച് മാധവിയമ്മ അപ്രത്യക്ഷയായി.

വെളുത്ത പാലിലെന്താണ് ഒളിപ്പിക്കാൻ മാത്രം മായം?

എല്ലാവരും പാല് പാത്രത്തിൽ വാങ്ങുമ്പോൾ അവർ ആദ്യമേ അളന്നെടുത്തത് കുപ്പിയിൽനിറച്ച് വാങ്ങുന്നു. അതിലിത്ര ഒളിക്കാനെന്തുണ്ട്?

മാധവിയമ്മയുടെ കുപ്പിപ്പാൽ കണ്ടതിനുശേഷം ഒരു ശനിയാഴ്ച, രാവിലെ...

പാൽക്കാരൻ പയ്യൻ ഗെയ്റ്റിനു മുന്നിൽ വന്ന് മണിയടിച്ചു,

പാൽപാത്രവുമായി സമീപിച്ച എന്നെക്കണ്ട് അവനൊരു സംശയം,

"എന്നും അമ്മയാണല്ലൊ പാല് വാങ്ങാൻ വരുന്നത്; ഇന്ന് സ്ക്കൂളില്ലാത്തതു കൊണ്ടായിരിക്കും ടീച്ചർ തന്നെ വന്നത്?"

"അതെ"

പാലൊക്കെ പാത്രത്തിലായപ്പോൾ ഞാൻ പറഞ്ഞു,

"ഇനിയങ്ങോട്ട് ഇവിടെക്കുള്ള പാല് തരാനായി വൃത്തിയാക്കിയ കുപ്പി തലേദിവസം തരാം; പിറ്റേന്ന് പാലുനിറച്ച് അമ്മയുടെ കൈവശം കൊടുത്താൽ മതി"

"അയ്യോ; അതെന്തിനാ ടീച്ചർ?"

"അത് ഡോക്റ്ററുടെ വീട്ടിൽ കൊടുക്കുന്നതുപോലെ,, പ്രായമു

ള്ള അമ്മക്ക് അതൊരു സൗകര്യമായിരിക്കും."

"ഓ, അതു കണ്ടിട്ടാണോ? ടീച്ചർക്ക് അങ്ങനെയൊന്നും വേണ മെന്നില്ല."

"അതെന്താ? ഞങ്ങൾക്ക് തരുന്നതും പാല് തന്നെയല്ലേ?"

"അത്, അവരത് പ്രത്യേകം പറഞ്ഞതുകൊണ്ട് കൊടുക്കുന്ന താ; ഹിന്ദുപ്പാൽ."

"അതെന്ത് പാലാണ്? പശുവിന്റെ പാലല്ലേ?"

"ഡോക്റ്റർക്ക് ഹിന്ദുക്കളുടെ വീട്ടിൽ വളർത്തുന്ന പശുവിന്റെ പാല് തന്നെയാവണം; അത് മറ്റു പശുക്കളുടെ പാലുമായി കലരാ ത്തതുതന്നെ വേണം പോലും. എന്നെ വിഷമിപ്പിക്കല്ലേ; ടീച്ചർക്ക് അതൊന്നും വേണ്ടല്ലോ."

"വേണ്ട, പാല് ഏതായാലും എനിക്ക് പശുവിന്റേത് മതി."

പാലുമായി ഞാൻ തിരിച്ചുനടന്നു.

പശു പല നിറങ്ങളിലുണ്ട്; ഇപ്പോൾ പാലിലും നിറങ്ങളായി മാ റിയോ?

******

ഹാസ്യകഥയുമായ്

വലിയൊരു കെട്ടിടത്തിന്റെ സെക്കന്റ് ഫ്ളോറിലുള്ള ഓഫീസിലെ വിസിറ്റിംഗ് റൂമിൽ ഞാൻ കടന്നത് വല്ലാത്തൊരു ശങ്കയോടെ ആയിരുന്നു. ആ നേരത്ത് അവിടെയാരും ഇല്ലെങ്കിലും പെട്ടെന്നൊരു യുവാവ് അകത്തെ മുറിയിൽനിന്നും ഓടിവന്നിട്ട് ചോദിച്ചു,

"മാഡം എന്തിനാണ് വന്നത്?"

"എനിക്ക് പത്രാധിപരെ കാണണം."

"മാഡത്തിന് എന്താണ് ആവശ്യം?"

"അത് വാരികയിലേക്ക് ഒരു മാറ്റർ കൊടുക്കാനുണ്ട്."

"പരസ്യമാണോ?"

"പരസ്യമല്ല, പരസ്യമായി പറയാവുന്നൊരു കഥയാണ്."

"കഥയോ? മാനേജർ സാർ അകത്തുണ്ട്,, ഞാനൊന്ന് പറഞ്ഞു നോക്കട്ടെ."

ഇടതു വശത്തുള്ള വാതിൽ തുറന്നിട്ട് അയാൾ അകത്തേക്ക് പോയി. ഓഫീസിലെ പ്യൂൺ ആയിരിക്കണം. വാരിക സെക്ഷനിലെ മാനേജറെയാണ് എനിക്ക് കാണേണ്ടത്.

അയാൾ പോയിട്ട് അനുവാദം വാങ്ങിച്ചിട്ടു വരട്ടെ.

അകത്തുനിന്നും എന്തൊക്കെയോ പറയുന്ന ഒന്നിലധികം പേരുടെ ഒച്ച കേൾക്കുന്നതിനാൽ ഞാനെന്റെ ഒരു ചെവിയങ്ങോട്ട് തിരിച്ചുവെച്ചു. ഇപ്പോൾ വ്യക്തമായി കേൾക്കാം.

"സാർ വെളിയിലൊരു പെണ്ണ് വന്നിട്ടുണ്ട്."

"പെണ്ണോ? ഒറ്റക്ക്."

"ഒറ്റക്ക് തന്നെയാ സാർ."

"കാണാനെങ്ങിനെയുണ്ട്? ചരക്കാണോ?."

"അത് സാറ് നോക്കിയിട്ട് പറഞ്ഞാൽ മതി."

"ശരി വരാൻ പറയൂ."

സംഭാഷണം മുറിഞ്ഞതോടെ അകത്തേക്ക് പോയവന്റെ തല

വെളിയിൽ പ്രത്യക്ഷപ്പെട്ട് എന്നോട് പറഞ്ഞു.

"മാനേജർ വിളിക്കുന്നു."

പതുക്കെ എഴുന്നേറ്റ ഞാൻ കഥ മുറുകെ പിടിച്ചുകൊണ്ട് അകത്തെ മുറിയിലേക്ക് കടക്കുമ്പോൾ പത്രാധിപർ എങ്ങനെയുള്ള ആളായിരിക്കും എന്നൊരു ചിന്ത എന്റെ ഉള്ളുലച്ചു. അകത്തിരുന്ന് ഇയർഫോൺ ചെവിയിൽ വെച്ച് മൊബൈലിൽ പാട്ട് കേൾക്കുന്ന മൂന്നു പേരെയും നോക്കിയിട്ട് പൊതുവായി ഞാനൊരു നമസ്തെ പറഞ്ഞുപ്പോൾ കൂട്ടത്തിലൊരാൾ ഇരിക്കാൻ പറയുകയും ഓരോ ചെവി സ്വതന്ത്രമാക്കുകയും ചെയ്തു. ഇരുന്നപ്പോൾ പത്രാധിപർ എന്നെഴുതിയ ബോർഡിനു പിന്നിലിരുന്ന മനുഷ്യൻ എന്നോട് ചോദിച്ചു.

"എന്തിനാ വന്നത്?"

"അത് വാരികയിൽ പ്രസിദ്ധീകരിക്കാനായി ഒരു മാറ്റർ തരാനാണ്."

"അത് പോസ്റ്റലായി അയക്കാമല്ലോ."

"പോസ്റ്റോഫീസിൽ പോകുന്നതിനേക്കാൾ ചെലവ് കുറവാണ് ഇവിടെ വരാൻ. പിന്നെ നേരിട്ട് തരണമെന്ന് തോന്നി."

"കവിതയാണെങ്കിൽ വേണ്ട. പാചകമാണോ?"

"അതൊന്നുമല്ല."

"പിന്നെന്ത്? കഥയാണോ?"

എന്റെ കൈയിലുള്ള ഫയൽ മേശപ്പുറത്ത് വെച്ചിട്ട് ഞാൻ പറഞ്ഞു.

"കഥതന്നെ ഹാസ്യകഥ. നർമം എന്നും പറയാം."

പെട്ടെന്നയാൾ ഉച്ചത്തിൽ പൊട്ടിച്ചിരിക്കാൻ തുടങ്ങിയപ്പോൾ മറ്റുള്ളവരും ഒപ്പം ചേർന്നു. നിർത്താതെ ചിരിക്കുന്നവരെ നോക്കിയിരിക്കെ എന്റെ ഉള്ളിലും ചിരിവന്നു. ഹാസ്യം വായിക്കുന്നതിനു മുൻപ് കേൾക്കുമ്പോൾ തന്നെ ചിരിക്കുന്നവരാണോ പത്രമാധ്യമ ജീവനക്കാർ?? ചിരിച്ചു ചിരിച്ച് ചെവിയിലെ വയറിളകി പൊട്ടാറായപ്പോൾ അവരിലൊരാൾ എന്നോട് ചോദിച്ചു.

"സർദാർജിയാണോ നമ്പൂതിരിയാണോ?"

"ഞാനത്തരക്കാരിയൊന്നുമല്ല."

"അപ്പോൾപിന്നെ എന്തോന്ന് ഹാസ്യം?"

"ഇത് ഞാനെഴുതിയ ഹാസ്യം, ഹാസ്യകഥ എന്നും പറയാം."

"ഹാസ്യമല്ല. ഹാസം എന്നാണ് പറയേണ്ടത്. നിങ്ങൾ കേട്ടിട്ടില്ലെ മന്ദഹാസം."

"പരിഹാസം എന്നും കേട്ടിട്ടുണ്ട്."

പറഞ്ഞുകൊണ്ടിരിക്കെ ഫയലിൽനിന്നും കഥയുടെ ഡി.ടി.പി. ചെയ്ത പേജുകൾ വെളിയിലെടുത്ത് പത്രാധിപർക്ക് നൽകിയിട്ട് ഞാൻ പറഞ്ഞു.

"ഇതാണ് ഞാനെഴുതിയ ഹാസ്യകഥ. താങ്കളുടെ വാരികയിൽ പ്രസിദ്ധീകരിച്ചു കാണാൻ ആഗ്രഹമുണ്ട്."

അയാൾ പേജുകൾ ഓരോന്നായി തിരിച്ചും മറിച്ചും നോക്കിയിട്ട് ചോദിച്ചു.

"നിങ്ങളാണൊ ഇതെഴുതിയത്?"

"അതെ"

"നിങ്ങളുടെ പേര്?"

"മിനി"

"മിനിക്ക് വാലൊന്നും ഇല്ലെ? വെറും മിനിയാണോ?"

"കെ.എസ്. മിനി"

"സ്ത്രീകളാവുമ്പോൾ സാധാരണ പേരിന്റെ കൂടെ അച്ഛന്റെയോ ഭർത്താവിന്റെയോ പേരുണ്ടാവുമല്ലോ,, അല്ലെങ്കിൽ സ്ഥലപ്പേരോ കുടുംബപ്പേരോ ഉണ്ടാവുമല്ലോ."

"എന്റെ പേര് മിനി അതായത് കെ.എസ്. മിനി, ആ പേരിൽ അറിയപ്പെടാനാണ് എനിക്കിഷ്ടം."

"ഭർത്താവിന്റെ പേര്?"

"ഷാജി"

"ഷാജിയോ? അപ്പോൾ ആള് ഏതായിരിക്കും? ജാതി, മതം."

"ആളൊരു ആണ് തന്നെയാണ്, അത് പോരേ."

"മതി, ഇത് ഭർത്താവാണോ എഴുതിയത്?"

"അദ്ദേഹത്തിന് സാഹിത്യത്തിൽ താല്പര്യം ഇല്ല."

"അപ്പോൾ നിങ്ങൾ തന്നെ എഴുതിയതാണ്."

"അതെ"

"കഥയെഴുതാൻ ഭർത്താവ് സഹായിക്കാറുണ്ടോ?"

"ഇല്ല"

"ഇത് ഹാസ്യമാണല്ലോ, അതെങ്ങിനെ ശരിയാവും."

പറഞ്ഞുകൊണ്ടിരിക്കെ ആ മനുഷ്യൻ പേജുകൾ ഓരോന്നാ

യി തുറന്ന് നോക്കിയശേഷം അവ മേശപ്പുറത്ത് വെച്ചിട്ട് വീണ്ടും ചോദ്യമായി.

"ഇതാരാ ഡി.ടി.പി. ചെയ്തത്?"

"ഞാൻ"

'അതെങ്ങിനെ? ഡി.ടി.പി. ചെയ്യാൻ കമ്പ്യൂട്ടർ പഠിക്കണ്ടേ?"

"വേണം"

"അപ്പോൾ ഭർത്താവായിരിക്കും ഡി.ടി.പി. ചെയ്ത് പ്രിന്റ് എടുത്തത്. കമ്പ്യൂട്ടർ സെന്ററിൽ പോയിട്ട് എടുത്തതാണോ?"

"ഭർത്താവിന് കമ്പ്യൂട്ടർ അറിയില്ല. ഇത് ഞാൻ, എന്റെ വീട്ടിലെ കമ്പ്യൂട്ടറിൽ എഴുതി, എന്റെ വീട്ടിൽനിന്നും പ്രിന്റ് എടുത്തതാണ്."

"അതെങ്ങിനെ? നിങ്ങൾക്കെന്താ ജോലി?"

"ജോലി എന്നുപറയാൻ വീട്ടുജോലി മാത്രം."

അയാളാകെ ചിന്തയിലാണ്ടു. ഞാൻ കേൾക്കാത്തവിധം ഒച്ച കുറച്ച് മറ്റുള്ളവരുമായി എന്തൊക്കെയോ പറഞ്ഞു ചിരിക്കാൻ തുടങ്ങിയപ്പോൾ എന്റെ ശബ്ദം ഉയർന്നു.

"ഇത് ഞാൻ എഴുതിയ ഹാസ്യകഥയാണ്. താങ്കളുടെ വാരികയിൽ പ്രസിദ്ധീകരിക്കുമെന്ന വിശ്വാസത്തോടെയാണ് ഇവിടെ വന്നത്. ഇതിലെന്താണ് പ്രശ്നം?"

"അതുതന്നെയാണ് പ്രശ്നം, തലയും വാലുമില്ലാതെ കയറിവരുന്ന പെണ്ണുങ്ങളുടെ കഥ പ്രസിദ്ധീകരിക്കാൻ പറ്റുമോ? അതും ഹാസ്യരചന! ഈ നാട്ടിൽ ഏതെങ്കിലും സ്ത്രീക്ക് ഹാസ്യം എഴുതുന്നതുപോയിട്ട് ചിരിച്ചുകൊണ്ട് രണ്ടുവാക്ക് പറയാനുള്ള കഴിവുണ്ടോ?"

മേശപ്പുറത്ത് കിടക്കുന്ന എന്റെ ഹാസ്യകഥയെ നോക്കിയിട്ട് മൂന്നുപേരും പൊട്ടിച്ചിരിക്കാൻ തുടങ്ങി. എന്റെ മുന്നിൽനിന്നും എന്റെ രചനയെ മൂന്നുപേർ ചേർന്ന് വസ്ത്രാക്ഷേപം ചെയ്യുന്ന രംഗം നോക്കിയിരിക്കെ. എനിക്ക് സഹിക്കാൻ വയ്യാതായി.

പെട്ടെന്നാണ് ഞാൻ ഞാനായി മാറിയത്.

ആദ്യം കൊടുത്തത് മാനേജർ എന്നു പറയുന്നവനുതന്നെ.

വലതുകൈ നിവർത്തിയിട്ട് അവന്റെ മുഖത്ത് ഒരൊറ്റ അടി, ഒരുതുള്ളി ചോര പൊടിഞ്ഞിട്ടില്ല.

രണ്ടാമത് കണ്ണടവെച്ച ചെറുപ്പക്കാരന്.

മുന്നിലുള്ള മോണിറ്റർ ഉയർത്തി അവന്റെ തലനോക്കിയിട്ട് ഒറ്റ

ഇടി.

അവന്റെ തലപൊട്ടി ചോരവന്നു.

മുണ്ടുടുത്ത മൂന്നാമത്തവൻ എഴുന്നേറ്റ് ഓടാൻ ശ്രമിച്ചപ്പോൾ അവനും കൊടുത്തു.

മേശപ്പുറത്തുള്ള പേപ്പർവെയ്റ്റെടുത്ത് എറിഞ്ഞത് കൃത്യം അവന്റെ ഇടത്തെ കണ്ണിനുമുകളിൽ.

നെറ്റി പൊട്ടിയിട്ട് ചാലുകളായി ചോരയൊഴുകി.

ഇത്രയേ ഞാൻ ചെയ്തിട്ടുള്ളൂ,, അതിനാ ഈ ബഹളം.

എന്നിട്ടും.

പോലീസ് വന്ന് അറസ്റ്റ് ചെയ്യാൻ മാത്രം ഞാനൊന്നും ചെയ്തിട്ടില്ലല്ലോ...

******

ദുർഗന്ധം വരുന്ന വഴികൾ

രാവിലെ മുതൽ വൈകുന്നേരം വരെ പറയുന്നതൊന്നും മനസ്സിലാവാത്ത പിള്ളേരോടും അതേപോലുള്ള ഫയലുകളോടും വഴക്കടിച്ചശേഷം തിരികെ വീട്ടിലേക്ക് വരുമ്പോൾ ബസ്സിനകത്ത് ഇരിക്കാനൊരു ഇടം കിട്ടിയില്ലെങ്കിൽ എന്തായിരിക്കും അവസ്ഥ! എന്നാൽ പയ്യന്നൂരിൽ നിന്നും കണ്ണൂരിലേക്ക് എന്നും ബസ്സിൽ യാത്രചെയ്യുന്ന ഞങ്ങളെപ്പോലുള്ള ഏതാനും ഉദ്യോഗസ്ഥകൾക്ക് പഴയൊരു കാലത്ത് യാത്രാപ്രശ്നങ്ങളൊന്നും ഉണ്ടായിരുന്നില്ല. വനിതാസംവരണം എന്ന് എഴുതി വെച്ചില്ലെങ്കിലും ബസ്സിലുള്ള ഏതെങ്കിലും ഇരിപ്പിടം നമുക്ക് ലഭിച്ചിരുന്നു. അന്നത്തെ സ്ത്രീകളുടെ ശരീരാരോഗ്യം കാരണം രണ്ടുപേർക്ക് ഇരിക്കാവുന്ന ഇടങ്ങളിൽ ഞങ്ങൾ മൂന്നുപേർ സസുഖം സസന്തോഷം ഇരിക്കാറുണ്ട്. ആദ്യമാദ്യം കയറിയവർ പിന്നീട് കയറുന്ന സുഹൃത്തുക്കൾക്ക് ഇരിക്കാനായി അഡ്ജസ്റ്റ് ചെയ്യുന്ന സുവർണ്ണകാലം.

ഒരു വെള്ളിയാഴ്ച ദിവസം,

സമയം അഞ്ചുമണി കഴിഞ്ഞ് ഇരുപത് മിനിട്ട്.

ഞങ്ങൾ മൂന്നുപേർ ബസ്സിൽ ഇരുന്നുകൊണ്ട് യാത്രചെയ്യുകയാണ്. ഇരിക്കുന്നതാവട്ടെ, ഡ്രൈവറുടെ തൊട്ടുപിന്നിലുള്ള ഇരിപ്പിടത്തിൽ. ആരൊക്കെയാണെന്നോ? ജനാലക്ക് അരികിലൊരു ടീച്ചർ, തൊട്ടടുത്ത് വില്ലേജ് ഓഫീസ് ക്ലാർക്ക്, അവർക്കുശേഷം അറ്റത്തിരിക്കുന്നത് ഞാൻ, അതായത് രണ്ട് ടീച്ചർമാരും നടുവിലൊരു ക്ലാർക്കും. അപ്പോഴൊരു സംശയം, നാലുമണിക്ക് സ്ക്കൂൾ വിടുന്ന ഈ ടീച്ചർമാരെന്തിനാ അഞ്ചുമണി ആക്കിയത്? അത് വേറൊന്നുമല്ല,, ആ ടീച്ചർ ഈ ബസ്സിൽ നീലേശ്വരം പട്ടണത്തിൽ നിന്നും കയറിയതാണ്, പിന്നെ വില്ലേജ് ഓഫീസിന്റെയും എന്റെ വിദ്യാലയത്തിന്റെയും വിടുതൽ സമയം അഞ്ചുമണിയാണ്. അങ്ങനെ ബസ് പിലാത്തറ കഴിഞ്ഞ് വിളയങ്കോട് വഴി പരിയാരം എത്തിയപ്പോഴാണ് പ്രശ്നം തുടങ്ങിയത്. ഏതാണെന്നോ?

നാറ്റം, അതായത് ഗന്ധം, ദുർഗന്ധം.

സംഭവത്തിന്റെ ഉറവിടം അറിയാനായി ഞങ്ങൾ മൂന്നുപേരുടേയും നാസികാഗ്രങ്ങൾ വിടർന്നുയർന്ന് പരിസരം പരതിനോക്കി. ആ മഹാനോ മഹതിയോ ആരായിരിക്കും? ബസ്സിൽ നിറയെ ആളുകൾ, തൊട്ടുമുന്നിൽ വളയം പിടിച്ചുതിരിക്കുന്ന ഡ്രൈവർ. ബസ്സ് വളവും തിരിവും പിന്നിട്ടുകൊണ്ടിരിക്കെ ഗന്ധത്തിന്റെ ഏറ്റക്കുറച്ചിലും തുടരുകയാണ്. എനിക്ക് സംശയം മുന്നിലിരിക്കുന്ന ഡ്രൈവറെയാണ്. മഴക്കാലമായതുകൊണ്ടും മലിനീകരണം വരുന്നതിന് മുൻപും ആയതിനാൽ റോഡിന്റെ ഇരുവശത്തുകൂടിയും തോടുകളിലൂടെ തെളിനീർ ഒഴുകുന്നുണ്ട്. ആയതുകൊണ്ട് ഞാൻ മനസ്സിൽ കണക്കുകൂട്ടാൻ തുടങ്ങി. അടുത്തനിമിഷം, മുന്നിലിരിക്കുന്ന ഡ്രൈവർ വയറിളക്കം സഹിക്കാനാവാതെ തോട്ടിനരികിൽ ബസ്സ് നിർത്തിയിട്ട് ഇറങ്ങി വെള്ളത്തിലേക്ക് ഓടാനിടയുണ്ട്. അല്ലാതെ അയാൾ പിന്നെന്ത് ചെയ്യും?

ഇക്കാര്യത്തിൽ ഞാനൊന്നും മിണ്ടിയില്ലെങ്കിലും ജനാലക്കരികിലിരിക്കുന്ന ടീച്ചറും ക്ലാർക്കും ഇടയ്ക്കിടെ അഭിപ്രായം പറയുന്നുണ്ട്. ക്ലാർക്കിന്റെ മുടിയിലുള്ള വാടിയ മുല്ലപ്പൂ ഊരിയെടുത്ത് മണത്തു കൊണ്ടിരിക്കുന്നതിനിടയിൽ ടീച്ചർ പറഞ്ഞു,

“എന്നാലും ഇത്രയും ദൂരം ബസ്സിൽ പോകുന്നവൻ ഇന്നുച്ചക്ക് ചക്കക്കുരു തിന്നാൻ പാടുണ്ടോ?”

അതുകേട്ടപ്പോൾ ക്ലാർക്ക് പറഞ്ഞു,

“ടീച്ചറെ ചക്കക്കുരു തന്നെ തിന്നണമെന്നില്ല, എന്നാലും എന്തൊരു നാറ്റമാണ്.”

“ഇതിൽ കയറിയപ്പോഴേ നാറ്റം ഉണ്ടായിരുന്നു, സഹിക്കുക തന്നെ.”

തൂവാലകൊണ്ട് അവർ മൂക്കും വായയും അമർത്തിപിടിച്ചു.

മൂക്ക് അടച്ചും തുറന്നും കൊണ്ടിരിക്കെ എല്ലാം കേട്ട് തലകുലുക്കിയിട്ട് അവർക്കരികിൽ ഞാനിരുന്നു. ബസ്സ് ഓടിയോടി തളിപ്പറമ്പിൽ നിർത്തിയശേഷം ഏഴാം മൈൽ കടന്ന് കുറ്റിക്കോൽ എത്തിയപ്പോഴും നാറ്റം കുറയുകയോ പ്രതീക്ഷിച്ചതുപോലെ ഡ്രൈവർ ഇറങ്ങുകയോ ഓടുകയോ ചെയ്തില്ല. ജനാലക്കരികിൽ ഇരുന്ന ടീച്ചർ ഇറങ്ങേണ്ട ധർമ്മശാല അടുത്ത സ്റ്റോപ്പാണ്. ബസ് നിർ

ത്തിയപ്പോൾ അവരെഴുന്നേറ്റ് ചിരിച്ചുകൊണ്ട് യാത്ര പറഞ്ഞിറങ്ങിയതോടെ കണ്ണൂരിൽ ഇറങ്ങേണ്ട ക്ലാർക്കും ഞാനും അതേ ഇരിപ്പിടത്തിൽ വിശാലമായി ഇരുന്നു.

ധർമ്മശാല കഴിഞ്ഞ് മാങ്ങാട് വഴി കല്ല്യാശേരി എത്തിയപ്പോൾ ക്ലാർക്ക് എന്നെ വിളിച്ചു,

“ടീച്ചറേ,, ഇപ്പോഴാ നാറ്റം ഇല്ലല്ലോ.”

“അതു ശരിയാണല്ലോ,, നാറ്റം എവിടെപ്പോയി?”

“അതല്ലെ ടീച്ചറേ ഇറങ്ങിപ്പോയത്”

ഞങ്ങൾ അന്യോന്യം നോക്കിയിട്ട് ചിരിച്ചു. ദുർഗന്ധം വരുന്ന വഴി സ്വന്തം ദേഹത്തിൽ നിന്നാണെന്ന് മറ്റുള്ളവരെ അറിയാതിരിക്കാൻ എന്തൊക്കെ പരാക്രമങ്ങളാണ് ചിലർ ചെയ്യുന്നത്.

******

ഇത് അവരുടെ വീട്; നമ്മുടേതും

എല്ലാദിവസവും തിരക്കിട്ട് എന്നെക്കാൾ മുന്നിലായി ഓടിപ്പോകുന്ന നാണിയമ്മ നേരാംവണ്ണം വർത്തമാനം പറഞ്ഞത് ഇന്നലെ വൈകിട്ടാണ്. സ്ക്കൂളിൽനിന്നും വീട്ടിലേക്ക് വരുന്നവഴി ബസ്സിറങ്ങിയപ്പോൾ പിന്നാലെ ഇറങ്ങിവന്ന നാണിയമ്മ ആനേരത്ത് ഒരു തിരക്കും കാണിച്ചില്ല. ഒപ്പം നടന്നെത്തിയിട്ട് അവർ ചോദിച്ചു.

"ടീച്ചറ് ഈ നേരത്താണോ എപ്പളും വെരുന്നത്?"

"ഓ, നാണിയമ്മയോ; ഇന്നെങ്ങോട്ടാ ബസ്സിൽ പോയത്?"

"അന്റെ മൂത്തമോളെ പുരുവന്റെ എളേ പെങ്ങള് ആസ്പത്രീലാ. ഓളെക്കാണാൻ പോയതാ."

"ഓൾക്കെന്ത് പറ്റി?"

"ഓക്കൊന്നും പറ്റീട്ടില്ല, നിർത്താൻ പോയതാ."

"നിർത്താനോ?"

"നിർത്താൻ തന്നെ, നാല് ആണിനെ പെറ്റ്കയിഞ്ഞപ്പം ഓള് നിർത്തി. ഒരു പെണ്ണിനെ കിട്ടൂന്ന് വിചാരിച്ച് ഇത്രേം കാത്തിരുന്നു."

"അത് നന്നായി, ഇനി അടുത്തതും ആണാണെങ്കിലോ?"

"അങ്ങനെത്തന്നെയാ ഞാമ്പറഞ്ഞത്; പിന്നെ,, ടീച്ചറെക്കാണുമ്പം ഞാനെപ്പളും ചോയിക്കണോന്ന് വിചാരിച്ചതാ, നിങ്ങക്കാടന്ന് കൊറച്ച് നേരത്തെ എറങ്ങിക്കൂടെ?"

"അതെങ്ങനാ നാണിയമ്മേ, ബെല്ലടിച്ച് സ്ക്കൂൾ വിട്ടാലല്ലാതെ എനിക്ക് ഇറങ്ങാൻ കഴിയോ?"

"ന്നാലും, വീട്ടിലാരും ഇല്ല, കൊറേ ദൂരേന്നാ വരുന്നൂന്ന്, പറഞ്ഞാല് ഓറ് നിങ്ങളെ നേരത്തെ വിടൂല്ലേ."

"അതിപ്പം എന്റെ പണിയൊക്കെ ഞാന്തന്നെ ചെയ്യണ്ടേ,, പിന്നെ വീട്ടിലാണെങ്കിൽ നിങ്ങളെപോലെ ഒരാളെ സഹായത്തിന് കിട്ടിയാൽ മതിയായിരുന്നു."

അവരുമായിട്ടുള്ള സംഭാഷണം നീണ്ടുപോകാൻ ഞാനാഗ്രഹി

ച്ചു. രാവിലെ വീട്ടിൽനിന്നും ഇറങ്ങിയിട്ട് ബസ്സ്റ്റോപ്പിലേക്ക് നടക്കുമ്പോൾ നാണിയമ്മയെ പലപ്പോഴും കാണാറുണ്ട്. എന്റെ പിന്നിലാണെങ്കിൽ വേഗത്തിൽ നടന്ന് മുന്നിലെത്തിയിട്ട് റോഡരികിലുള്ള വില്ലേജ് ഓഫീസറുടെ വീടിന്റെ ഗെയിറ്റ് തുറക്കുമ്പോൾ പറയും, 'ടീച്ചറേ നേരം വയീപ്പോയ്, ഞാമ്പരുന്നേ'. ഒപ്പം ഗെയിറ്റടച്ച് കൊളുത്തിട്ടശേഷം മന്ത്രിമന്ദിരങ്ങളിൽ പാർട്ടിനേതാവ് കയറിപ്പോകുന്നതുപോലെ നേരെയങ്ങോട്ട് നടക്കുന്നത് കാണാം. ചെയ്യുന്ന ജോലിയോട് ആത്മാർത്ഥത കാണിക്കുന്ന വീട്ടുവേലക്കാരിയാണ് നാണിയമ്മ. ഇതുപോലുള്ള ഒരു വേലക്കാരി എന്റെവീട്ടിൽ ഉണ്ടായാൽ എത്ര നന്നായിരിക്കും! പറ്റുമെങ്കിൽ അവരെയൊന്ന് സോപ്പിട്ട് എന്റെ വീട്ടിലെ ജോലിക്കാരിയായി നിർത്തിയാൽ പ്രായമായ അമ്മക്ക് സഹായമാവും. പെൻഷൻപറ്റി വീട്ടിലിരിക്കാൻ പോകുന്ന വില്ലേജ് ഓഫീസറുടെ വീട്ടിൽനിന്ന് കൊടുക്കുന്നതിലും കൂടുതൽ കൂലി കൊടുത്താലും നഷ്ടംവരില്ല.

ഇപ്പോഴാണെങ്കിൽ നാണിയമ്മക്ക് തിരക്കില്ല, നല്ല സമയം; ഞാൻ പതുക്കെ ചോദിച്ചു,

"നാണിയമ്മക്ക് വൈകുന്നേരം വരെ വില്ലേജ് ഓഫീസറുടെ വീട്ടിൽ ജോലിയുണ്ടോ?"

"ഓ ആടയെനിക്ക് അഞ്ച് മണിവരെ പണീണ്ടാകും, ചെലപ്പം ആറുമണിയാകും. അന്റെ വീട്ടില് എളേ മോളുള്ളതുകൊണ്ട് നേരംവൈെയ്യാലും കൊയപ്പമില്ല."

"അവിടെന്ന് ശമ്പളമായിട്ട് കൊറേ പൈസ തരാറുണ്ടോ?"

എനിക്ക് അതാണ് അറിയേണ്ടത്, എന്റെവീട്ടിലെ ജോലിക്ക് വന്നാൽ അതിൽ കൂടുതൽ തരാമെന്ന് പറയണം. എന്നിട്ട് പതുക്കെ, പതുക്കെ, അവരെയാ വീട്ടിൽനിന്നും അടർത്തിയെടുക്കണം. അവർപറഞ്ഞ മറുപടി കേട്ട് എനിക്ക് സന്തോഷം വന്നു.

"അനക്ക് ശമ്പളായിട്ട് ആപ്പീസർ രണ്ടായിരം ഉറുപ്പിക തെരും."

"വെറും രണ്ടായിരം രൂപയോ? ഇക്കാലത്ത് ദിവസക്കൂലിയായിട്ട് ഒരാൾക്ക് അഞ്ഞൂറിലധികം കൊടുക്കേണ്ടി വരുമല്ലോ."

"മൂന്നാല് കൊല്ലം മുൻപെ തീരുമാനിച്ച രണ്ടായിരം തന്നെയാ ഇപ്പോം അവറ് തെരുന്നത്, പക്ഷെ."

"അടുക്കളപണിക്ക് മാസത്തിൽ പത്തായിരമൊക്കെ വാങ്ങുന്നവരുണ്ടല്ലോ, അങ്ങനാണെങ്കിൽ നാണിയമ്മക്ക് എന്റെ വീട്ടില് വ

രാമോ? ഇതിന്റെ ഇരട്ടിയിലധികം പണംതരാം."

"ദൈവം തമ്പുരാൻ എറങ്ങിവന്ന് സ്വർണ്ണം തരാന്ന് പറഞ്ഞാലും ഞാനാടത്തെ പണി ബിടൂല്ല."

"അതെന്താ അങ്ങനെ പറയുന്നത്? നിങ്ങൾക്ക് ഇപ്പോൾ ഒരുദിവസം കിട്ടുന്നത് വെറും അറുപത്തിആറ് രൂപയായിരിക്കും. എന്റെ വീട്ടിൽ വന്നാൽ ദിവസം ഇരുന്നൂറ് രൂപവെച്ച് തരാം."

"അയ്യോ ടീച്ചറെ അത് ശമ്പളം രണ്ടായിരമാണെങ്കിലും അനക്ക് പത്തായിരത്തിനടുത്ത് ഒരു മാസം കിട്ടും. ചെലപ്പൊ പതിനഞ്ചിലധികം കിട്ടും?"

അതൊരു പുതിയ അറിവാണല്ലോ. രണ്ടായിരം രൂപ ശമ്പളം വാങ്ങുന്ന അടുക്കളക്കാരിക്ക് കിമ്പളം ചേർത്ത് പകൽനേരത്തെ ജോലിക്ക് മാത്രം പത്തായിരം. അതും എല്ലാ ചെലവും കഴിച്ച്; പ്രായമൊത്തിരി ആയെങ്കിലും!

വെറുതെയല്ല എന്നും രാവിലെ ഓഫീസറുടെ വീട്ടിലേക്ക് ഓടിപ്പോവുന്നത്.

എനിക്ക് സംശയം കൂടിവന്നു.

"അത് നാണിയമ്മെ പത്തായിരം ആരാണ് തരുന്നത്?"

"എന്റെ ടീച്ചറെ, ആപ്പീസറുടെ ഭാര്യ ലീല ഒന്നാം തീയതി എല്ലാരും കാണെ തെരുന്നത് അയാള് കൊടുത്ത രണ്ടായിരം, പിന്നെ മറ്റാരും കാണാതെ നൂറും ഇരുന്നൂറും എടക്കിടെ തെരും."

"അപ്പൊ അതെങ്ങനെ പത്തായിരമാവും?"

"അനക്ക് പണം തെരുന്നത് അവര് മാത്രമല്ല, ചെലപ്പൊ വെഷമം പറഞ്ഞാല് ആപ്പീസറ് തന്നെ രണ്ടായിരമോ അഞ്ഞൂറോ കീശേന്നെടുത്ത് മറ്റാരും അറിയാതെ തെരും. കുപ്പായം അലക്കി ഇസ്ത്രിയിട്ട് കൊടുക്കുന്നതുകൊണ്ട് എഞ്ചിനീയറായ മോൻ ആ ദിവസംതെരും നൂറും അഞ്ഞൂറും. കുട്ട്യോളെ നോക്കുന്നകൊണ്ട് ഓന്റോള് ഡോക്റ്ററ് ആരും കാണാതെ മാസത്തിൽ രണ്ടായിരം തെരും. ഓറെ മോള് പുരുവന്റൊപ്പരം വന്നാല് അനക്ക് കോളാണ്, ഇഷ്ടംപോലെ പണോം തുണീം തെരും."

"അതൊക്കെ ലീലേച്ചി അറിയാറുണ്ടോ?"

"ആരറിയാനാണ് ടീച്ചറേ, അവറ് അന്യോന്യം മിണ്ടിയിട്ടുവേണ്ടെ അറിയാൻ!! അനക്കാട പോയാല് പണിയൊന്നും ഇല്ല; അന്നാലും ഞാമ്പോകാതെ ആടയൊന്നും നടക്കൂല്ല. രാവിലെത്ത

ന്നെ ചായെം ദോശേം കൂട്ടാനുമൊക്കെ അവരുണ്ടാക്കും. എന്നിട്ടെന്താ,, ഞാമ്പന്നാല് മാത്രം നേരാംവണ്ണം മറ്റുള്ളാൾക്ക് തിന്നാൻ കിട്ടും.”

“അതെന്താ നാണിയമ്മക്കാണോ വിളമ്പാനുള്ള ചാർജ്ജ്?”

“ഓ, വിളമ്പുന്നതൊക്കെ അവറ് തന്നെയാ,, ചോറ്റുങ്കലമൊന്നും അന്നെക്കൊണ്ട് തൊടീക്കില്ല.”

“പിന്നെ നിങ്ങളുടെ ഡ്യൂട്ടി?”

“അന്റെ പണിയോ? ആപ്പീസർ പൊറപ്പെട്ടാൽ അടുക്കളെ നോക്കി പറയും, ചായ ആയിനെങ്കിൽ കൊണ്ടാ എന്ന്. അന്നേരം അയാളെ ഓള് ലീല ചായെം കടിയും എട്ത്ത് മേശപ്പൊറത്ത് വെച്ചിട്ട് അന്നോട് പറയും, ചായയായിന്ന് ഓറോട് പറ” എന്ന്.

“അതെന്താ അങ്ങിനെ?”

“ഓറ് നേരിട്ട് മിണ്ടാറില്ല, ഞാമ്പറയും, സാറിനുള്ള ചായയും ദോശയും കറീം മേശപ്പൊറത്ത് വെച്ചിട്ട്ണ്ട്ന്ന്. സാറ് ചായകുടിക്കുന്നേരം എന്തെങ്കിലും വേണെങ്കിൽ അന്നോട് പറയും.”

“പിന്നെ?”

“പിന്നെ ഇറങ്ങാൻ നേരത്ത് ആപ്പീസർ ചോയിക്കും വീട്ടിലേക്കെന്തെങ്കിലും വാങ്ങാനുണ്ടോന്ന്... അപ്പൊ ഞാനത് ഓളോട് പറഞ്ഞാൽ ഓള് അടുക്കളേൽ വാങ്ങണ്ട സാധനത്തിന്റെ ലിസ്റ്റ് തെരും. അത്ഞാൻ സാറിന് കൊടുക്കും, അങ്ങനെയാ ആ വിട്ടിലെ ക്കാര്യം.”

“അപ്പോൾ അവരുടെ മക്കൾ; അവരും മിണ്ടാറില്ലേ?”

“മോനും മോന്റോളും ആണെങ്കിൽ ഈച്ചേം വെല്ലോം പോലെയാ, എപ്പളും ഒന്നിച്ചേ കാണൂ; അവരെ ഒരു മോളുണ്ട്, ഒരു സുന്ദരിക്കുട്ടി. അയിനെ അക്കൂട്ടറ് രണ്ടാളും നെലത്ത് വെക്കൂല.”

“അവരൊന്നും അച്ഛനോടും അമ്മയോടും മിണ്ടാറില്ലെ?”

“ഓറ് മിണ്ടാൻപോയിട്ട് നോക്കാൻപോലും കിട്ടാറില്ല. പണികയിഞ്ഞ് വന്നാല് എപ്പളും മുറിയടച്ച് രണ്ടാളും ആത്തിരിക്കും. എടക്ക് മുറിതൊറന്ന് ഓളോ ഓനോ അന്നെ വിളിക്കും, നാണിയമ്മെ ചായയായോ, ചോറായോ,, എന്ന് ചോയിക്ക്ന്ന്. ഞാനത് അടുക്കളെ ചോയിച്ചിട്ട് അവരോട് തിന്നാനും കുടിക്കാനും പറയും. രണ്ടാളും വന്നിരുന്ന് തിന്നുമ്പം എന്തെങ്കിലും അധികം വേണെങ്കിൽ അന്നോട് പറയും, ചായക്ക് മധുരം പോരാ, കൂട്ടാനിൽ ഉപ്പ് അധി

കം. എന്നൊക്കെ. അതാണ് ആടത്തെക്കാര്യം.”

“അപ്പോൾ ലീലേച്ചിയുടെ മകൾ വന്നാലോ? മറ്റുള്ളവരോട് മിണ്ടൂല്ലേ?”

“ഓളെ മോളോ? ഓളാണാടത്തെ കൊയപ്പം അധികാക്കുന്നത്; ഓള് വന്നാൽ തൊടങ്ങും കുറ്റം പറച്ചില്. അമ്മക്ക് വൃത്തിയില്ല, അച്ചന് ഡീസെന്റില്ല, എണങ്ങത്തി അഹങ്കാരിയാണ് എന്നൊക്കെ പറഞ്ഞിട്ട്, പോകുന്നതുവരെ ആട കലമ്പും കൂട്ടോം ആയിരിക്കും. പിന്നെ ഓളെ പുരുവനുണ്ട് ഒരുത്തൻ; അയാള് വന്നാല്.”

“അയാളും കുഴപ്പക്കാരനാണോ?”

“അയാള് പാവം, അക്കൂട്ടറെ കുടുംബത്തിലുള്ളോനല്ലെങ്കിലും കേരിവന്ന ഓനൊരുത്തൻ മാത്രാ നല്ലോനായിട്ട് ആടെ ഒള്ളത്. എല്ലാറോടും ചിരിക്കേം കളിക്കേം വർത്താനംപറേം ഒക്കെച്ചെയ്യും. പക്ഷെ ഇതൊന്നും ഓന്റോക്ക് ഇഷ്ടെല്ല. ഓന് അന്നെ ബെല്ല്യ കാര്യാണ്.”

“അയാള് വിചാരിച്ചാൽ അവരെയെല്ലാം യോജിപ്പിച്ച് നന്നാക്കിക്കൂടെ?”

“ആർക്ക് നന്നാവണം ടീച്ചറെ.? ഓർക്കെല്ലാം അന്യോന്യം കലമ്പാനും അടികൂടാനും അല്ലാതെ മറ്റെന്തിനാ നേരം? അതൊന്നും ഇല്ലാത്ത നേരത്ത് ഓറെല്ലാം മിണ്ടാതിരിക്ക്ന്ന്.”

“അപ്പോൾ ആ വീട്ടിൽപോയാൽ നാണിയമ്മക്ക് പണിയൊന്നും എടുക്കേണ്ട, അല്ലേ?”

“ഇപ്പൊ ആടപ്പോയാല് അനക്ക് പണിയൊന്നും എട്ക്കേണ്ട, ആടെന്ന് ഞാനേടിയും പോകൂല്ല; അനക്ക് ഇഷ്ടംപോലെ പണം കിട്ടും.”

“എന്നാലും അവരിങ്ങനെ വല്യ ഓഫീസറും ഡോക്റ്ററും എഞ്ചിനീയറും ഒക്കെ ആയിട്ട്.”

“അതാണ് അവരുടെ വീട്, അങ്ങനെയാണ് അവരുടെ കാര്യങ്ങൾ.”

നാണിയമ്മ സന്തോഷത്തോടെ നടന്നുനീങ്ങിയപ്പോൾ ശബ്ദമില്ലാതെ ഞാൻ പറഞ്ഞു.

“ഇത് അവരുടെ വീട് മാത്രമല്ല; എന്റേതും കൂടിയാണ്.”

******

മര്യാദരാമന്റെ കണക്ക്

നമ്മുടെ നാട്ടിൽ തെങ്ങുകയറ്റം അറിയാത്ത ന്യൂജൻ ചെറുപ്പക്കാർക്ക് ഒറിജിനൽ ചെത്ത് അജ്ഞാതമെങ്കിലും ഇപ്പോഴും എപ്പോഴും അവർ ചെത്തി നടക്കാറുണ്ട്. വലതു കൈയാൽ മൊബൈൽ പിടിച്ച്, ഇടതുചെവിയിൽ കാണിച്ച്, ഇടതു കൈകൊണ്ട് ബൈക്ക് പിടിച്ച്, തിരിച്ച്, സൂപ്പർഫാസ്റ്റ് സ്പീഡിൽ സ്വന്തം വീടിന് തീപ്പിടിച്ചതായി വിവരം കിട്ടിയ ഫയർസർവീസ് വണ്ടിയുടെ ഡ്രൈവറെപ്പോലെ ഓടിച്ചുപോകുന്ന ഇവനെയൊക്കെ കണ്ടാൽ ഇരുവശത്തുമുള്ള കാൽനടയാത്രക്കാർ ഇരുവശത്തേക്കും പേടിച്ചോടി കുഴിയിൽച്ചാടും. ആയുസ്സിന്റെ വര തലയിൽ വരച്ചത് ഈ വക അവതാരങ്ങൾ ചെത്താൻ തുടങ്ങുന്നതിനു മുൻപായതുകൊണ്ട് മാത്രമാണ് നടപ്പുയാത്രക്കാരിൽ പലരും ജീവനോടെ ഇന്നും ഇരിക്കുന്നത്.

ജോലിയും കൂലിയും ഇല്ലാത്ത ഈ ചെത്തുകാർക്ക് ഇങ്ങനെ ചെത്താൻ പണം കിട്ടിയത് എങ്ങനെയാണെന്ന് സീനിയർ സിറ്റിസൺസ് പലരും ചേർന്ന് സി.ബി.ഐ. പണിയും ചാരപ്പണിയും നടത്തിയിട്ടുണ്ട്. അധോലോകത്തിന്റെ അദൃശ്യകരങ്ങൾ ചെത്തുകാർക്ക് അദൃശ്യസഹായവാഗ്ദാനങ്ങൾ നൽകി മോഹിപ്പിക്കുന്നുണ്ടോ എന്നുപോലും ചിലരുടെ പഴഞ്ചൻ തലയിൽ സംശയവ്യൂഹങ്ങൾ പത്തിവിടർത്തി താണ്ഡവമാടിയിട്ടുണ്ട്.

ജോലിയൊന്നും ചെയ്യാതെ കൂലി വാങ്ങുന്ന സീനിയർമോസ്റ്റ് സിറ്റിസണുകൾ ഒരിടത്ത് കൂട്ടായിരുന്ന്, ജോലിയും കൂലിയുമില്ലാത്ത ജൂനിയർ സിറ്റിസൺസിന്റെ കാര്യങ്ങൾ ചർച്ച ചെയ്യാൻ തുടങ്ങി. എല്ലാരും അന്യോന്യം കുറ്റപ്പെടുത്തിയെങ്കിലും എല്ലാവർക്കും കാര്യങ്ങൾ മനസ്സിലായി,

1. മക്കൾ ആണായാലും പെണ്ണായാലും അവർക്ക് പണം കൊടുക്കുന്നത് രക്ഷിതാക്കൾ തന്നെയാണ്.

2. നമ്മുടെ നാട്ടിലെ അച്ഛനമ്മമാരെല്ലാം അവർ ജന്മം നൽകിയ

സ്വന്തം മക്കളെ പേടിക്കുന്നു.

3. മക്കൾ രക്ഷിതാക്കളെ ഭീഷണിപ്പെടുത്തുന്നു.

4. ഭീഷണി ഭയന്ന അമ്മമാർ കെട്ടുതാലിപോലും ഊരി മക്കൾക്ക് കൊടുക്കുന്നു.

അങ്ങനെയുള്ളൊരു ന്യൂജൻ തലമുറ നാടുവാണിടും കാലം.

എന്റെ ഗ്രാമത്തിൽ ഇക്കൂട്ടത്തിലൊന്നും ഇല്ലാത്തത് ഒരേയൊരു നല്ലപയ്യൻ മാത്രം.

അതാണ് രാമൻ മകൻ കുട്ടിരാമൻ.

അവൻ ചെത്താൻ പോകാറില്ല.

കുടിക്കാൻ പോകാറില്ല.

പല്ലുതേക്കാതെ കാപ്പി കുടിക്കാറില്ല.

കൈ കഴുകാതെ ചോറ് തിന്നാറില്ല.

പെൺപിള്ളെരുടെ പിന്നാലെ നടന്ന് തോണ്ടാറില്ല.

സുന്ദരിമാരെ മിസ്കോൾ അടിക്കാറില്ല.

ബസ്സിൽ കയറിയാൽ ലേഡീസ്സീറ്റിനു സമീപം വരാറില്ല.

കുളിക്കാതെ വീട്ടിന്ന് പുറത്തിറങ്ങാറില്ല.

അച്ഛനും അമ്മക്കും എതിരെ മിണ്ടാറില്ല,

പഠിപ്പിച്ച ടീച്ചർമാരെ കുറ്റം പറയാറില്ല.

പെൺപിള്ളേരെ തേച്ചിട്ടു പോകാറില്ല.

ഒരു പാവം പയ്യൻ...

കഴിഞ്ഞജന്മത്തിലെ മുഖ്യശത്രുവിന്റെ സന്താനമായിട്ടായിരിക്കും നടപ്പുജന്മം പിറക്കുന്നത് എന്നൊരു ചൊല്ല് നാട്ടിലുണ്ട്. ആ ചൊല്ലിന് മെയിൻകാരണം കുട്ടിരാമന്റെ അച്ഛനായ രാമന്റെ സ്വഭാവമഹിമ മാത്രമാണ്.

രാമന്റെ മകനായതിനാൽ നാട്ടുകാർക്കവൻ കുട്ടിരാമനാണെങ്കിലും അച്ഛൻ രാമന്റെ സമ്പാദ്യം പോയിട്ട് സ്വഭാവം പോലും പാരമ്പര്യമായി അവന് ലഭിച്ചിട്ടില്ല. കുടിയന്മാരായ നാട്ടുകാരുടെ മാതൃകാ പുരുഷോത്തമനാണ് രാമൻ.

രാമൻ അതായത് അച്ഛൻരാമൻ അതിരാവിലെ എഴുന്നേറ്റ് സ്വന്തം ഭാര്യ ദേവിയെ വിളിക്കും,

“എടി മൂധേവീ, നിന്നെ കെട്ടിയെടുത്തോ?”

കുട്ടിരാമന് സ്വന്തം ഭാര്യ ഇല്ലാത്തതിനാലും അച്ഛന്റെ ഭാര്യ, സ്വന്തം അമ്മ ആയതിനാലും അവൻ അങ്ങനെ വിളിക്കാറില്ല.

രാമൻ കൂലിപ്പണിക്ക് നടന്നുപോകും, തിരിച്ചുവരുമ്പോൾ കിട്ടിയകൂലിയെല്ലാം ചാരായരൂപത്തിൽ വയറ്റിലാക്കിയിട്ട് ഇഴഞ്ഞ് പാമ്പായിമാറും.

കുട്ടിരാമനും കൂലിപ്പണിക്ക് പോകും; തിരിച്ച് വരുമ്പോൾ വീട്ടിലേക്ക് വേണ്ടതെല്ലാം വാങ്ങിയിട്ട് ബാക്കിപ്പണം അമ്മയെ ഏല്പിക്കും.

സ്വന്തം വീട്ടിലുള്ള പൊട്ടുന്നതെല്ലാം രാമൻ പൊട്ടിച്ച്, ചോറും കറിയും അടുക്കളപ്പുറത്തെ വാഴക്ക് വളമാക്കി മാറ്റും.

കുട്ടിരാമന് പൊട്ടിക്കാൻ താല്പര്യമുള്ളത് ടീവി, ഫ്രിഡ്ജ്, മിക്സി, വാഷിങ്ങ് മെഷിൻ, എന്നിവയാണ്. അവയൊന്നും വീട്ടിൽ ഇല്ലാത്തതിനാൽ വല്ലതും പൊട്ടിക്കാനായി അവന്റെ കൈ തരിക്കും.

അടിച്ചങ്ങ് പാമ്പായ രാമൻ നാട്ടുകാരുമായി എന്നും വഴക്കുണ്ടാക്കും. നാട്ടുകാർ രാമന്റെ ദേഹമാസകലം തല്ലിയിട്ട് ബോഡിഷെയ്പ്പ് മാറ്റി പതം വരുത്തും.

കുട്ടിരാമൻ അച്ഛനെ താങ്ങിയെടുത്ത് വീട്ടിലെത്തിച്ച് അമ്മയെയും പെങ്ങളെയും ഏല്പിക്കും.

പാമ്പായി മാറിയ രാമൻ പതിവായി പാതിരാവിൽ ഉണർന്ന് ഭാര്യയെ തല്ലും.

കുട്ടിരാമൻ തല്ലുകൊണ്ട് കരയുന്ന അമ്മ പെങ്ങമ്മാരോടൊപ്പം കരഞ്ഞ് സുഖമായി ഉറങ്ങും.

അങ്ങനെ നടന്നും ഇഴഞ്ഞും രാമന്റെ നാളുകൾ സസുഖം മുന്നോട്ട് നീങ്ങുന്നതിൽ നല്ലവരായ നാട്ടുകാർക്കെല്ലാം അസൂയയും പരാതിയും മാത്രമാണ്. അതെല്ലാം കേൾക്കാനുള്ള സ്വബോധം രാമനില്ലാത്തതിനാൽ അവരെല്ലാം പരാതിക്കെട്ടുകൾ അഴിക്കുന്നത് കുട്ടിരാമനു മുന്നിലാണ്. എല്ലാം കേട്ടുകേട്ട് മടുത്തപ്പോൾ പറയാനുള്ള സാഹിത്യമെല്ലാം ആ തന്തപ്പടിയോട് പറഞ്ഞുകഴിഞ്ഞു. ഇനി ഒരു വഴി മാത്രം മുന്നിലുണ്ട്, നല്ല ചുട്ട അടി. ഒരടിക്ക് തന്തപ്പടി കാഞ്ഞുപോവുകയും താൻ ജയിലിൽ പോവുകയും ചെയ്താൽ അമ്മയും രണ്ട് പെങ്ങമ്മാരും അനാഥരാവുമല്ലോ എന്ന ചിന്ത ആ ഉദ്യമത്തിൽനിന്നും അവനെ പിൻതിരിപ്പിച്ചു.

എന്നാലും ഇങ്ങനെയുണ്ടോ, ഒരു അച്ഛൻ!

ഒരു ദിവസം കുട്ടിരാമൻ അമ്മയോട് ചോദിച്ചു,

"ഈ ദുനിയാവിൽ എത്രയെത്ര ആണുങ്ങളുണ്ട്; എന്നിട്ടും എ

ന്റെ അമ്മയെന്തിന് ഈ അച്ഛനെത്തന്നെ സെലക്റ്റ്ചെയ്ത് കല്ല്യാണം കഴിച്ചു?"

"കല്ല്യാണനേരത്ത് ഞാനൊന്നും അറിഞ്ഞില്ല മോനേ."

"എന്നാല് അറിയുന്നനേരത്ത് അമ്മക്ക് ഇയാളെയങ്ങ് ഡൈവോഴ്സ് ചെയ്യാമായിരുന്നില്ലേ?"

"മോനേ, ഞാനങ്ങനെ ചെയ്താൽ ഇയാള് എന്തെങ്കിലും കടുംകൈ ചെയ്താലോ?"

കുട്ടിരാമൻ സ്വന്തം അച്ഛൻ കാരണം പകൽവെളിച്ചത്ത് നാട്ടിലിറങ്ങാതായി.

പരിചയക്കാരെക്കണ്ടാൽ മുഖം കാണിക്കാതിരിക്കാൻ തലയിൽ മുണ്ടിടാൻ തുടങ്ങി.

ഈവക അച്ഛന്മാർ ഭൂമീലുണ്ടോ?

മാനത്തു നിന്നെങ്ങാനും പൊട്ടിവീണോ?

എന്നിട്ടും,

അച്ഛൻ രാമന് ഒരു കുലുക്കവും ഇല്ല.

പതിവായി പാമ്പായി വീട്ടിൽ വരുന്നത് മുറതെറ്റാതെ തുടർന്നു.

വീട്ടിലുള്ള പുത്തൻ ചട്ടിയും കലവും പൊട്ടുന്നത് തുടർന്ന് കൊണ്ടേയിരുന്നു.

അമ്മയുടെ കണ്ണീർക്കയത്തിൽ മക്കൾ മുങ്ങിത്താണു പോയ്ക്കൊണ്ടേയിരുന്നു.

അങ്ങനെ ഒരു ദിവസം

രാമൻ കുപ്പികളുമായി ആടിയാടി മന്ദം മന്ദം വീട്ടിലേക്ക് വന്നു കൊണ്ടിരിക്കയാണ്,

മുറ്റത്തെത്തിയപ്പോൾ പതിവില്ലാതെയൊരു ആൾക്കൂട്ടം,

സ്വന്തം വീട് തന്നെയാണെന്ന് ഒരിക്കൽകൂടി ഉറപ്പിച്ച് മുറ്റത്ത് കാലെടുത്തുവെച്ച രാമൻ പാട്ടുപാടി ആനന്ദനൃത്തത്തിൽ ആറാടുന്ന ഒരുത്തനെ കണ്ടു,

ഒരു കൈയിൽ തുറക്കാത്ത ചാരായക്കുപ്പിയും മറുകൈയിൽ കാലിയാവാറായ മറ്റൊരു കുപ്പിയുമായി നിൽക്കുകയാണ്.

രാമന്റെ അരുമ ഏക ആൺസന്താനം കുട്ടിരാമൻ.

മുറ്റത്ത് വടക്കെമൂലയിൽ അവന്റെ അമ്മയും രണ്ട് സഹോദരിമാരും തലയിൽ കൈവെച്ച് ഇരിക്കുന്നുണ്ട്. രാമനെ കണ്ട ഉടനെ

കുട്ടിരാമൻ ഗാനമേള നിർത്തി,

"ഹലോ അച്ഛാ, എത്ര കാലമായി ഇത്രയും നല്ല സാധനം അച്ഛൻ ഒളിച്ചുവെക്കുന്നത്? അച്ഛാ. എന്റെ അച്ഛനിന്നലെ വല്ലാത്തൊരക്കിടിപറ്റി."

"എടാ നീ."

"മിണ്ടരുത്, ഇത് ഞാനാ കുട്ടിരാമൻ. രാമന്റെ മകൻ. ഇന്ന് വൈകുന്നേരം ബാറിൽപോയി മതിയാവോളം കുടിച്ച് വാളുംവെച്ചാമോൻ വന്നത്.അച്ഛനു വേണോ?"

മകന്റെ രൂപമാറ്റം കണ്ടപ്പോഴുള്ള ഞെട്ടലിൽ ഇതുവരെ കുടിച്ച ചാരായം മുഴുവൻ രാമന്റെ ദേഹത്തുനിന്നും ബാഷ്പീകരിച്ചു. സ്വബോധം ഇല്ലാത്ത രാമന്റെ തലയിൽ പതുക്കെ ചാരായ അലർജി കയറിപ്പറ്റി.

രാമൻ ആദ്യമായി മകനെയും ഭാര്യയെയും മക്കളെയും ശരിക്കൊന്ന് നോക്കി,

"മോനേ നീ അകത്തേക്ക് പോ"

"മോനോ? എപ്പഴാ ഞാൻ നിന്റെ മോനായത്; ഞാനിനിയും കുടിക്കും. അച്ഛന്റെ കുടി നിർത്താൻ കഴിയാത്ത ഞാൻ ഇനിയും കുടിക്കും."

പറഞ്ഞുകൊണ്ടിരിക്കെ കുട്ടിരാമൻ വെട്ടിയ വാഴത്തടപോലെ കമഴ്ന്നു വീണപ്പോൾ ഏതാനും ചിലർ നേരെയിരുത്തിയിട്ട് അവന്റെ തലയിൽ പച്ചവെള്ളം ഒഴിച്ചു. വെള്ളം തലയിൽ വീണപ്പോൾ മുറ്റത്തെ മൂലയിൽ ഇരുന്ന് കരയുന്ന അമ്മ പെങ്ങന്മാരെ നോക്കി കുട്ടിരാമൻ പറഞ്ഞു,

"അമ്മയും മക്കളും ഇപ്പൊഴെന്തിനാ കരയുന്നത്? അച്ഛൻ വീണപ്പോൾ ആരും കരഞ്ഞിട്ടില്ലല്ലോ?"

വൺമാൻ റിയാലിറ്റി ഷോ കണ്ട് രസം പിടിച്ചു ചിരിക്കുന്ന നാട്ടുകാരിൽ ചിലരുടെ മുഖം കണ്ടപ്പോൾ അച്ഛൻരാമന് പെട്ടെന്ന് നാണക്കേട് തോന്നാൻ തുടങ്ങി. പാമ്പും പെരുമ്പാമ്പും ആയി വന്നപ്പോൾ ഇല്ലാത്ത അഭിമാനം ഉള്ളിൽനിന്നും തലപൊക്കി,

"എടാ നീ അകത്തു പോ, എടി ദേവീ ഇവനെപ്പിടിച്ച് വീട്ടിനകത്താക്കിയാട്ടെ."

"എന്നെ വീട്ടിനത്താക്കിയാൽ പുറത്തുള്ളവർ ഒന്നും അറിയില്ലല്ലോ; അങ്ങനെയെന്നെ അകത്താക്കാൻ താൻ നോക്കേണ്ട."

"എടാ നിന്റച്ഛനാ പറയുന്നത് അകത്തു പോകാൻ, പറയുന്നത് അനുസരിക്ക്."

അച്ഛനും മകനും ചേർന്ന പിടിവലിയിൽ അച്ഛൻ തോറ്റ് താഴെ വീണപ്പോൾ മകൻ കൈകൊട്ടിച്ചിരിക്കാൻ തുടങ്ങി.

"താനാരാ എന്നോട് പറയാൻ?"

മകന്റെ മുന്നിൽ തോറ്റപ്പോൾ നാണക്കേടിലായ രാമൻ ശബ്ദമുയർത്തി പറഞ്ഞു.

"എടാ, നിന്നെ ഉണ്ടാക്കിയത് ഞാനാ; പറയുന്നത് അനുസരിക്കുന്നതാ നല്ലത്, അകത്ത് പോ"

"ഓ, എന്നെ വളർത്തിയിട്ടില്ലെങ്കിലും ഉണ്ടാക്കിയതിന്റെ കണക്ക് പറയുകയാണ്. ഇപ്പം പറഞ്ഞൊ, അതിന് എത്ര പൈസ വേണം?"

അണ്ടർവെയറിന്റെ പോക്കറ്റിൽ നിന്ന് നൂറിന്റെ ധാരാളം നോട്ടുകളെടുത്ത് അച്ഛനുനേരെ നീട്ടി.

"പറഞ്ഞൊ, എന്നെ ഉണ്ടാക്കിയതിന് എത്രയാന്ന് പറഞ്ഞാൽ തരാം."

മകൻ നീട്ടിയ പണം നോക്കി അച്ഛനായ രാമൻ നിലത്തിരുന്നു.

രാമൻ മദ്യപാനം പൂർണ്ണമായി നിർത്തി;

കുട്ടിരാമൻ നാട്ടിലെ ഒന്നാം നമ്പർ കുടിയനായി ഇഴഞ്ഞു നീങ്ങുന്നു.

നാട്ടിലെ കുടുംബകലഹത്തിനിടയിൽ മക്കൾ മാതാപിതാക്കളോട് ചോദിക്കും;

"ഞാനും കുട്ടിരാമനെപ്പോലെ കണക്ക് പറയണോ?"

അതുകേൾക്കുന്ന അച്ഛനും അമ്മയും ചോദിച്ചതെല്ലാം മക്കൾക്ക് കൊടുക്കും...

******

അവളുടെ കെട്ടിയോൻ

ഭാരതത്തിന്റെ തെക്കുപടിഞ്ഞാറെ മൂലയിൽ പാവക്കപോലെ വളഞ്ഞുകിടക്കുന്ന കേരളത്തിലെ റോഡുകളിലൂടെ ബസ്സിൽ യാത്ര ചെയ്യുമ്പോൾ ഇരിക്കാനൊരു ഇടം ലഭിക്കുന്നത് ഒത്തിരി ആശ്വാസമാണ്. പ്രത്യേകിച്ചും പ്രായമായ സ്ത്രീകൾക്ക്. എന്നാൽ, ഇരിപ്പിടം ഉണ്ടെങ്കിലും ഏതാനും സ്ത്രീകൾ ബസ്സിനകത്തു കയറിയാൽ ചിലനേരത്ത് ഇരിക്കാറില്ല.

കാരണം?

അടുത്തിരിക്കുന്നത് പുരുഷൻ ആയിരിക്കും,, അവന്റെ കൂടെയിരുന്നാൽ അദൃശ്യമായ രശ്മികൾ പ്രവഹിച്ച് അവളുടെ ഉള്ളടക്കത്തിൽ പ്രശ്നങ്ങൾ ഉണ്ടാക്കിയാലോ?

സ്ത്രീകളല്ലേ സൂക്ഷിക്കണം.

വയ്യാത്ത കാൽമുട്ട് വേദനയോടൊപ്പം ഒരു കൈ മൊബൈലിൽ പിടിച്ച്, മറുകയ്യാൽ കമ്പിയിൽ പിടിച്ചുതൂങ്ങുന്ന അവസ്ഥയിലും മഹിളാമണികളിൽ ചിലർ പുരുഷന്മാരുടെ അടുത്തിരിക്കില്ല. എന്നാൽ ഒരു പരിചയവുമില്ലാത്തവന്റെ മടിയിലും തലയിലും കയറിയിരിക്കുന്ന അതിമനോഹരങ്ങളായ രംഗം ചില അവസരങ്ങളിൽ നമുക്കു കാണാൻ കഴിയും. എപ്പോഴാണെന്നോ?

പെട്ടെന്നൊരു ബസ്സ് സമരം വരട്ടെ, അപ്പോൾ കാണാം.

ഈ പറഞ്ഞവളുടെ ഇരിപ്പിന്റെ തനിനിറം.

ഇതിൽ നിന്നും ഏറെ മാറ്റമുള്ളതാണ് എന്റെ ശീലങ്ങൾ. ബസ്സിൽ കയറിയാൽ ആദ്യം കാണുന്ന ഒഴിവുള്ള സീറ്റിൽ ഞാനങ്ങോട്ട് ഇരിക്കും. തൊട്ടടുത്തിരിക്കുന്നത് ആണാണോ, പെണ്ണാണോ എന്നൊന്നും നോക്കാറില്ല. കൂടാതെ സ്ത്രീസംവരണവും വയോജന സംവരണവും ചോദിച്ചു വാങ്ങുക, എന്റെ പതിവു ശൈലിയാണ്.

ഒരു ഞായറാഴ്ച രാവിലെ നാട്ടിൽനിന്നും കണ്ണൂരിലേക്കുള്ള യാത്രയിൽ നിറയെ ആളുകളുള്ള ബസ്സിലാണ് ഞാൻ കയറിയത്.

ചുറ്റും നോക്കിയപ്പോൾ നിൽക്കുന്നവരെല്ലാം സ്ത്രീകൾ ആണെങ്കിലും ഇടതുവശത്ത് മൂന്നാം നമ്പർ ഇരിപ്പിടത്തിൽ ഒരാൾക്കിരിക്കാൻ സ്ഥലം ഉണ്ട്. അടുത്തിരിക്കുന്നത് ഒരു യുവാവായതു കൊണ്ടാവണം, നിന്നുകൊണ്ട് യാത്രചെയ്യുന്ന മഹിളാമണികളൊന്നും അങ്ങോട്ട് നോക്കുന്നതേയില്ല. ബസ്സിൽ കയറി ഇരുവശത്തേക്കും നോക്കിയ ഞാൻ വനിതാ സംവരണവും വയോജന സംവരണവും തിരിഞ്ഞുനോക്കാതെ നേരെയങ്ങോട്ടു നടന്ന് അവന്റെ തൊട്ടടുത്ത് ഇരുന്നു. ഞാനാരാ മോൾ!

റോഡിലെ കുഴികളിലൂടെ ഇറങ്ങിയും കയറിയും ആടിയുലഞ്ഞ് ബസ്സ് സഞ്ചരിക്കുമ്പോൾ തൊട്ടടുത്തിരിക്കുന്ന ചെറുപ്പക്കാരനെ മുട്ടിയുരുമ്മി ചേർന്നിരിക്കുന്ന എന്നെ നിൽക്കുന്നവരും ഇരിക്കുന്നവരും തുറിച്ചുനോക്കാൻ തുടങ്ങി. ഉം, നോക്കട്ടെ, അസൂയ തോന്നുന്നുണ്ടാവും.

ഞാനങ്ങനെ സ്വയം മറന്നിരിക്കുന്ന നേരത്ത് ഓടിക്കൊണ്ടിരിക്കുന്ന ബസ്സ്, അടുത്ത സ്റ്റോപ്പിൽ നിർത്തി. അകത്തുള്ള രണ്ടുപേർ ഇറങ്ങിക്കൊണ്ടിരിക്കെ മുന്നിലുള്ള വനിതാസംവരണത്തിൽ ഇരിക്കുന്ന ഒരുവൾ എഴുന്നേറ്റുവന്ന് എനിക്കുനേരെ വിരൽ ചൂണ്ടിയിട്ട് ആജ്ഞാപിച്ചു,

"അവിടെന്ന് എഴുന്നേറ്റാട്ടെ."

സംഗതി മനസ്സിലാവാത്ത ഞാനവളോട് ചോദിച്ചു.

"എന്തിന്?"

"അവിടെയിരിക്കേണ്ടത് നീയല്ല, ഞാനാണ്."

"അതെങ്ങനെ? ഒഴിഞ്ഞ സീറ്റിലാണ് ഞാനിരുന്നത്. ഇനി കണ്ണൂരിലെത്താതെ എഴുന്നേൽക്കില്ല."

എന്റെ ശബ്ദം കൂടിയതോടെ ബസ്സിലുള്ളവരെല്ലാം ശ്രദ്ധിക്കാൻ തുടങ്ങി. അടുത്തിരിക്കുന്ന ചെറുപ്പക്കാരനാണെങ്കിൽ മിണ്ടാതെ വായടച്ച് ഇരിപ്പാണ്. അതോടെ നിൽക്കുന്നവൾ ഒറിജിനൽ ഭദ്രകാളിയുടെ ഡ്യൂപ്പായി രൂപാന്തരപ്പെട്ട് വായിലുള്ള നാവ്നീട്ടി വെടിയുതിർക്കാൻ തുടങ്ങി.

"നിനക്കെന്താ ഈയാളുടെ അടുത്തുന്ന് എഴുന്നേൽക്കാനൊരു മടി? അവിടെയിരിക്കേണ്ടത് ഞാനാണ്."

"ഞാനിവിടെ ആളില്ലാത്ത സീറ്റിലിരുന്നിട്ട്, നീയെന്താടി പറയുന്നത്?"

“അതേയ്, ഇതെന്റെ കെട്ടിയോനാണ്, അയാളുടെ അടുത്ത് നീയങ്ങനെ ഇരിക്കേണ്ട. അവിടെയിരിക്കാൻ ഭാര്യയായ ഞാനുണ്ട്.”

അപ്പോൾ അതാണ് കാര്യം, എന്റെ അടുത്തിരിക്കുന്ന ചെറുപ്പക്കാരൻ ഓളെ കെട്ടിയോനാണ് പോലും! അപ്പോൾപിന്നെ അവൾക്ക് ചൊറിച്ചിൽ വരാതിരിക്കുമോ?

പെട്ടെന്ന് ഞാൻ ഞാനായി മാറി, അവളുടെ അമ്മയുടെ പ്രായമുള്ള എന്നോടാണോ ഇങ്ങനെയൊരു ഡയലോഗ്.

“എടീ, നിന്റെ കെട്ടിയോനൊക്കെ നിന്റെ വീട്ടില്; ഇത് നാട്ടുകാരെല്ലാം കയറുന്ന ബസ്സാണ്. ഇതിനകത്ത് ഒഴിവുള്ള ഏത് സീറ്റിലും ഞാനിരിക്കും. ഇവന്റെ അടുത്ത് ഞാനിരുന്നപ്പോഴാണോ നിന്റെ കെട്ടിയോനായത്? നീ പോയി കേസ് കൊടുക്ക്.”

ഇത്രയൊക്കെ ആയിട്ടും മിണ്ടാതെയിരിക്കുന്ന ആ മനുഷ്യന്റെ കൂടുതൽ അടുത്തായി ഞാനിരുന്നു. കിളിയുടെ മണിയടി കേട്ടപ്പോൾ ബസ്സ് സൂപ്പർഫാസ്റ്റ് ആയി സഞ്ചരിക്കാൻ തുടങ്ങി.

******